D1763670

# சாலா

(நெல்லை வட்டார வழக்குச்
சிறுகதைத் தொகுப்பு)

மதி பொன்னரசு

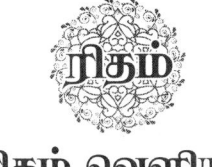

ரிதம்

ரிதம் வெளியீடு

*சாலா*
*(நெல்லை வட்டார வழக்குச் சிறுகதைத் தொகுப்பு)*
மதி பொன்னரசு ©

**Saalaa**
*(Nellai Vattaara Vazhakku Sirukadhai Thoguppu)*
**Madhi Ponnarasu** ©

*1st Edition: Dec 2022*
*Pages: 186   Price: Rs. 200*
*ISBN: 978-93-93724-55-7*

*Publishing Editor*
*T. Senthil Kumar*

*Published by:*
*Rhythm Book Distributors*
*New No.58, Old No.26/1, 1st Floor,*
*Alandur Road, Saidapet,*
*Chennai - 600 015, Tamil Nadu, INDIA*
*Ph : (044) 2381 0888, 2381 1808,  4208 9258*
*E-mail : senthil@rhythmbooks.in*
*Web : www.rhythmbooksonline.com*

*Book Layout by*
*Visual Vinodh - 9500149822*

## சமர்ப்பணம்

என் குடும்பத்தாருக்கும்
கல்லூரிக் கால நண்பர்களுக்கும்

தகவல் தொழிநுட்பத் துறையில் வேலை செய்துகொண்டே கிடைக்கும் நேரத்தில் வாசிப்பதிலும், எழுதுவதிலும் நேரம் செலவிடும் இவர் சென்னையில் வசிக்கும் நெல்லை மாவட்டத்தைச் சேர்ந்தவர்.

நான்கு முறை "விஜய்" தொலைக்காட்சியின் "நீயா நானா" வில் கலந்து கொண்டு முதன் முறையே பரிசும் பெற்றவர்... எளிமையே இவரது சித்தாந்தம்.

குடும்ப விழாக்களில் எளிமையை கடைபிடிப்பதே பொருளாதாரத்துக்கும், உறவுகளுக்கும் நல்லது என்ற இவரது பேச்சு அறிவார்ந்த விவாதங்களைக் கிளப்பியது...

ஓய்வு நேரத்தில் வாசித்தல், இசை, தொலைக்காட்சி விவாதங்கள், எழுதுதல் எனச் செலவிடும் இவர் ஒரு மகத்தான இசை ரசிகர்... ஜெயகாந்தன், இளையராஜா இவரது ஆதர்சம்.

இத்தொகுப்பு முழுவதும் பரவிக் கிடக்கும் நெல்லை வட்டார வழக்கு, வாசிப்பில் லயிப்பைக் கூட்டிவிடும்...

நெல்லை வட்டார வழக்கை மிக அழகாக தன் கதைகளில் கையாளும் இவரது பாணி கி. ரா, மேலாண்மை பொன்னுசாமி போன்றவர்களின் நீட்சியோ என வாசகர்களைச் சொல்ல வைக்கிறது.

# என்னுரை

முதன்முதலில் ஆரம்பிக்கும் எல்லாவற்றிலும் வரும் தடங்கல்கள் நமக்கே நமக்கு மட்டும்தான் என்று உங்களுக்கு தோன்றினால், கண்டிப்பாய் உங்களுக்கு மட்டுமில்லை: தடங்கல் உலகமயமானது. அதோடு இரண்டு டீஸ்புன் சோம்பேறித்தனமும் சேர்ந்து கொண்டால் தாமதம் என்ற டீ தயார். அப்படித்தான் இந்த புத்தகம் தாமதமானது.

ஒரு தீபாவளிக்கு பழைய வாழ்க்கை முறையை (ரொம்ப பழசெல்லாம் இல்லங்க... 80's தான்) நினைச்சு அதை கட்டுரையா வடிக்க, பலத்த வரவேற்பு. இப்படித்தான் ஆரம்பம்.

பின் ஒரு சிறுகதை எழுதலாம் என நினைத்து எழுதிய 2வது சிறுகதை "சாலா". என் நட்பு வட்டத்தில் நல்ல வரவேற்பைப் பெற்றது. அதை தொடர்ந்து வாராவாரம் ஒரு சிறுகதை என மாயன் தூது, கூத்தன், விருத்தம் என தொடர்ந்தது.

மாயன் தூது, கூத்தனை படித்துவிட்டு ஒரு நண்பன்,

"எழுதி வச்சுகோங்கடே... இன்னும் 10 வருடங்களில் இவனுக்கு சாகித்ய அகாடமி கிடைத்துவிடும்" (இதுக்கு பேர் தான் ஏத்தி விடுதது) என்று சொன்னதை அதீத நட்பின் வெளிப்பாடு என்றே எடுத்துக்கொண்டேன். (அதுக்குமுன்னாடி கொடுத்தா கைய நீட்டி குறுக்க மறிச்சு நின்னுருவாம் போல).

ஒரு சில நண்பர்கள் மணிக்கணக்காய் அலை பேசுவதுண்டு கதைகள் பற்றி. பெரும்பாலான கதைகளில் வரும் நெல்லை வட்டாரவழக்கு இயல்பாகவே வந்தது, தாத்தா ஆச்சிகளின் வார்த்தைகளும் வாழ்க்கைகளும் அப்படியே மனசெங்கும் குவிஞ்சுக் கெடக்குல்லா.

சாலா பாதி நடந்தது. எந்த பாதி என்பதை உங்கள் அனுமானத்துக்கு விட்டு விடுகிறேன்.

கூத்தனில் வரும் கணியன் போன்ற மனிதர்களை வாழ்வெங்கும் சந்தித்து கொண்டுதான் இருப்போம். மனதுக்குப் பிடித்த வேலையை

விட்டு வேறு தொழில் செய்யும் எவரும் கணியன் தான். நான், நீங்கள் உட்பட.

மாயன் தூது - நான் கேள்விப்பட்ட ஒரு மனிதர். அப்படியே எழுதி வைப்பாராம் மரண தேதியை.

கணேசண்ணன் போன்று தன்னைத்தானே ஆக்கங்கெட்ட மூதியாக நினைத்துக்கொண்ட மனிதர்களை கண்டிருக்கிறேன். ஆனால் அவர்களின் அந்த நினைப்புக்கு இச்சமூகம் ஒரு காரணம் என்பதை சமூகம் வசதியாக மறந்தாலும், மறைத்தாலும் அதுவே உண்மை.

விருத்தம் ஆச்சிக்கு புறக் கண் போனாலும் அகக் கண் கொண்டு பாசத்தை அள்ளிக்கொடுத்தாலும், சிலருக்கு குந்துமணி தங்கம் தான் பெரிதாக தெரிகிறது...

மௌன வீணை - நான் கோவத்துல பேசுறதுலாம் வெறும் ஒலி தான் அத நீ மொழியாக கொண்டால் நான் மொழியை முழுவதாக புறக்கணிக்கிறேன் - என ஆச்சியின் மீது விசனப்பட்டு அந்த முடிவெடுக்கிறார் தாத்தா.

மௌனமலர் – A 1980's Love story

எங்கே சொல்லும் இந்த பாதை - சம்பாதிக்க, சேமிக்கத் தெரிந்த அளவுக்கு பாதுகாக்கத் தெரியவில்லை, இன்றைய முதியவர்களுக்கு. யாரிடமாவது தொலைக்கிறார்கள்.

ஸ்கைலாப் - ஒரு ஜாலியான அதிரிபுதிரி. ரிலாக்ஸ்டாக படியுங்கள். அந்த குறிப்பிட்டகாலத்தில் பல அனுபவி ராஜா அனுபவி கதைகள் நடந்தன. அந்த நேரத்தில் 9 ஆவது படித்து கொண்டிருந்த என் அண்ணன் திரு பழனிச்சாமியிடம் கேட்டுப் பல தகவல்களை, தேதிகளை உறுதிப்படுத்திக்கொண்டே எழுதினேன்.

கொரானா கால முடக்கம், வீட்டிலிருந்தே வேலை என்ற சவுகரியத்தைக் கொடுப்பதாய் போக்கு காண்பித்து, இருந்த அத்தனை சவுகரியங்களையும் கெடுத்தது. எப்போது வேண்டுமானாலும் ஓய்வு எடுக்கலாம் என்பது போல் காண்பித்து எப்போதுமே வேலை செய்ய வைத்தது. இந்த வேலைப்பளு புதிதாய் எதுவும் எழுதாமல் கவனமாய்ப் பார்த்துக் கொண்டது.

கொரானா கால முடக்கம் இருந்திராவிட்டால் 10 கதைகளோடு 2020 மே யிலேயே முதல் தொகுதி வந்திருக்கக் கூடும்.

என் மனைவி மதிமுகில் தமிழ்ச்சாரல் என்ற யுடியூப் சேனல் ஆரம்பித்து அதில் நான் எழுதிய கதைகளை ஒலிச்சித்திரமாய் அரங்கேற்றினார்.

ஆக்கமும், குரலும் மட்டுமே நான். எடிட்டிங் என் மனைவி திருமதி கோமதி. ஆசிரியப்பணியையும் பார்த்துக்கொண்டு கிடைக்கும் ஒரு ஞாயிறையும் இதில் செலவளித்தாள். (பின்ன... கதை எழுதுதேனு வேலைய விட்டுரக்கூடாதுல்லா... அதுக்குதேன்... கூடவே இருந்து ஒரு மாதிரி இழுத்துக் கொண்டு வந்தாச்சு 1 வருஷம்)

இதில் எங்களுக்கு தொழில்நுட்பப்பிரச்னைகள் இருந்தால் மகள் ஐஷு அதை நிவர்த்தி செய்வாள்.

ஒவ்வொரு ஒலிச்சித்திரத்துக்கும் வரும் பாராட்டுதல்கள் மகிழ்ச்சி தருவதாக இருக்கும். அந்த உற்சாகம் அடுத்த ஒரு வாரத்துக்குத் தாங்கும்.

மத்யமர் முகநூல் தளத்தில் நுழைந்ததும் பழைய கதைகளையே பதிவிட்டு கொண்டிருந்தேன்... அதற்கு கிடைத்த வரவேற்பு புதிய கதை, கட்டுரைகளை எழுத வைத்தது.

இந்நிலையில் மத்யமரில் வெளியான "மத்யமர் படக் குறுங்கதைகள் 2021". கொடுக்கப்பட்ட படத்துக்கு 400 வார்த்தைகளுக்கு மிகாமல் கதை எழுத வேண்டும். சிறந்த கதைகள் தேர்ந்தெடுந்து ஒரு E - book வெளியிடலாம் என்பதான அறிவிப்பு மேலும் எழுத வைத்தது

எனக்கு நீ உனக்கு நான் என இருக்கும் முதிய தம்பதிகளின் அந்நியோன்யமான வாழ்வைப் பதிவு செய்தது தான் முதல் படக் குறுங்கதை – 'வாராதிருப்பானோ... வண்ண மலர் கண்ணன் அவன்...'

இதன் வரவேற்புக்கு பிறகு 2வது கதை எதை எழுத என யோசித்தபோது... எனக்கு நெருக்கமான குழந்தைகள் உலகம் தன்னை எழுதச் சொன்னது

இந்த உலகம் தன்னை எப்படி நடத்துகிறதோ... அல்லது எப்படி நடத்த வேண்டும் என நினைக்கிறதோ, அப்படி குழந்தை பொம்மையை நடத்தும்.

அதை கொண்டு எழுதியதே மத்யமரில் குவிந்த அறுநூறு கதைகளில் தேர்வான தெரிவான பதினைந்தில் ஒன்று.

"ஆனந்த யாழை மீட்டுகிறாய்"

இதற்கும் நல்ல வரவேற்பு இருந்தது... அந்த ஊக்கமே அடுத்து 3 கதைகளை தினம் ஒன்றாக (அந்த நேரத்தில் காய்ச்சல் வேறு...) எழுதி தள்ளிவிட்டேன்...

3. எங்கே செல்லும் இந்த பாதை...

4. என்னுள்ளே... என்னுள்ளே...

5. பாப்பா பாடும் பாட்டு...

எனக்கு பாடல்கள் பிடிக்கும்... அதை கதையின் தலைப்பாகவோ... ஊடாகவோ... முடிவிலோ வைப்பதும் பிடிக்கும்...

இச்சிறுகதைத்தொகுப்பு உங்கள் மனநிலையை சற்றே சாந்தப்படுத்தமாயின், லயிக்க வைக்குமாயின் அது அதன் இலக்கை அடைந்து விட்டது என்றே அர்த்தம்.

அழகாக பிழை திருத்திய திரு புலமைதாசன் அய்யா, ஓவியம் வரைந்த திரு பாண்டியன், மத்யமர் திரு ஷங்கர் ராஜரத்தினம், ஆதரவளித்த மத்யமர் தள நன்பர்கள் ஆகியோருக்கு என் வணக்கங்களும் நன்றிகளும்.

என்றும் அன்புடன்,
**மதி பொன்னரசு.**

## உள்ளே...

1. சாலா ..................................................................... 11
2. கூத்தன் ................................................................. 20
3. கணேசண்ணன் ...................................................... 30
4. விருத்தம் ............................................................... 39
5. ஸ்கைலாப் ............................................................. 46
6. மௌன வீணை... .................................................... 58
7. கிட்னக்கா ............................................................. 65
8. மௌன மலர் .......................................................... 68
9. அக்கினிக் குயில் ஒன்று ........................................ 76
10. மாயன் தூது (கதை நடக்கும் காலம் - 80 களில்) ....... 84
11. வாராதிருப்பானோ ................................................ 92
12. ஆனந்த யாழை மீட்டுகிறாய் .................................. 96
13. எங்கே செல்லும் இந்த பாதை .............................. 100
14. என்னுள்ளே... என்னுள்ளே... .............................. 105
15. முப்பிடாதி ........................................................ 110
16. பாப்பா பாடும் பாட்டு ........................................ 115
17. கண்மணி அன்போட .......................................... 120
18. தேவான ............................................................ 133
19. A Film By ....................................................... 137
20. அழகாய் பூக்குதே .............................................. 149
21. இதோ இதோ என் பல்லவி ................................ 157
22. கனவு காணும் வாழ்க்கை யாவும் ....................... 164
23. யாரோ இவன் யாரோ இவன் ............................. 169
24. மயிலே மயிலே .................................................. 174

# சாலா

"ஏட்டி, புள்ளைக்கு எப்படி இருக்கு?"

"இன்னும் விட்டுவிட்டு தான் காச்ச அடிக்கி. பேதிலபோவான் கிணத்துப்பக்கம் போவானா... யெ உயிர எடுக்கணும்னே பொறந்திருக்கான்."

"புள்ளையே காச்சல்ல கிடக்கு, அதப்போய் திட்டிகிட்டு இருக்க."

"பின்ன என்னத்தே, ஒரு சொல்பேச்சு கேக்கானா பாருங்க"

"ஏல ராசா, அந்த கிணத்து பக்கம் போவாதியலே, அங்கன அவ நிக்கானு சொல்லிட்டு கிடைக்காவல்ல எல்லாரும்... பின்னையும் ஏண்டே இப்படி அழிச்சாட்டியம் பண்ணுதியோ."

அந்த கிணறு குளத்துக்குள் இருந்தது.

குளத்துக்குள் கொஞ்சதூரம் இறங்கி நடந்துதான் கிணற்றை அடைய முடியும். கிணற்றடி உண்டு. கிணற்றை சுற்றி மூன்று அடி அகலத்துக்கு சிமிண்ட் தரை போட்டிருக்கும். குளத்தில் இருந்து இடுப்பளவு உயரம் இருக்கும். குதித்து எற வேண்டியிருக்கும். அதில் உட்க்கார்ந்து துணி துவைக்க, அலசும் வேலைகள் நடக்கும்.

கிண்றுமேல நாலு பக்கமும் நாலு அடி உயரத்துக்கு கல்தூண் நிற்கும். நீச்சல் தெரியாதவங்க சேலைய கிணத்து கல்தூண்ல கட்டிட்டு இன்னொரு முனைய இடுப்புல கட்டிட்டு உள்ள குதிச்சு நீந்துவது மாதிரி நடிக்கலாம். நாம அந்த வகைதான்.

அந்த ஞாயித்துகிழமை நல்ல விடியலாக இல்லை. ரொம்ப நாளைக்கு அப்புறம் தண்ணி நல்லா குளத்துல ரொம்பி (நிரம்பி) இருந்துச்சு. கிணத்துலயும் முக்கா கிணத்துக்கு தண்ணி.

கிணத்தடில நின்னுகிட்டு குனிஞ்சா கிணத்து தண்ணிய தொடலாம். அந்த அளவு தண்ணி.

நாங்கள் ஏழாவது படித்து கொண்டிருந்தோம் அப்போது. வழக்கம் போல அன்னிக்கி (அன்று) குளிக்க போனோம்... இல்ல ஓடினோம் தெருவில புடிச்ச ஓட்டம்... சிட்டாய் பறக்கதுனு சொல்வாங்களே... அந்த மாதிரி.

வெங்கிட்டு, வெள்ளையா, வெயிலுக்கந்தன், மணி, நான்... இதில் வெயிலுக்கந்தன் மிக வேகமாக ஓடினான், குளத்தில் இறங்கியதும் கொஞ்சம் வேகம் தடைபட்டது... ஆயினும் இடுப்பளவு நீரில் வேகமாக ஓடினான்... ஓடி கிணற்றடி அடைந்து அதில் ஏறினான்

ஏறியவன் அப்படியே கிணற்று சுவரை பிடித்து ஆவியம் (ஒருவர் குனிந்து நிற்க அவரின் முதுகில் கை வைத்து அப்டியே தாண்டுவது) தாண்டுவதுபோல தாண்டி, குளத்தில் குதித்தான்...

ஏ... நான் தான் பர்ஸ்டே...

சொல்லிக்கொண்டே குதித்தான்...

நாங்கள் அப்போது தான் கிணற்றடி ஏறினோம்... கிணற்றில் குதித்து உள்ளே போனவன்...

வந்தான்... அவன் கூடவே...

வேறு எதோ ஒன்று... பச்சை கலர்... துணி... இல்லை... சேலை... இல்லை

டேய்ய்ய்... ... மேலே ஏறுடா... வெள்ளையா கத்தினான்.

வெயிலுக்கந்தன் மேல வரும்போதே ஏதோ இடித்துக்கொண்டே வருவதை உணர்ந்தான் அதுக்குள்ள இந்த பயலுவோ குதிச்சிட்டானுவலா என்ற யோசித்தபடியே காலை உதைத்து தண்ணீரின் மேற்பரப்புக்கு வந்து கொண்டிருந்தான்.

அவன் உதைக்க உதைக்க காலை எதோ இடித்து கொண்டே இருந்தது...

வெள்ளையாவா தான் இருக்கும்... அவன் தான் இந்த சேட்டை பன்னுவான்... என்று நினைத்தபடியே மேல வந்தவன் தன்னை இடித்து கொண்டிருந்தவனை திட்ட திரும்பியவன் அதிர்ந்தான்...

இதற்குள் நாங்க எல்லோரும் கத்த ஆரம்பித்தோம்

மேல வாலே... மேல ஏறுல

இப்போது முகம் நன்றாக தெரிய ஆரம்பித்து இருந்தது...

ஒரு பெண்... இல்லை... பெண் பிணம்.

பச்சைக்கலர்

சேலை

கட்டிய

பெண்

பிணம்.

அதுவரை கீழே இருந்தது, இவன் குதித்ததும் கால் பட்டு மிதக்க ஆரம்பித்திருந்தது.

இப்பத்தான் அவன் நன்றாக பார்த்தான் நீந்தி கொண்டே....

"எ... ம்... மே... ..."

அலறி அடித்தான்... நல்லவேலையாக அந்த பதட்டத்தில் இன்னும் வேகமாக கிணற்று சுவர் நோக்கி நீந்தினான் கிணற்றின் சுவர் அருகில் வரவும் அவன் கை பிடித்து தூக்கி வெளியே இழுத்தோம்.

இதை வெளியில் சொல்லாமல் அமைதியாக செல்வோம் என முடிவெடுத்தாலும், வெயிலு கத்திகிட்டே சென்றான்.

"எ... ம்... மே, பொ... ண... ம்... கிணத்துல பொணம்" அழுதுகொண்டே ஓடினான்.

"ஏல... என்ன சொல்லுதே"

"எங்கல"

"யாருல..."

அவன் ஓடும் வழி எங்கும் கேட்பவர்களுக்கு பதிலே சொல்லவில்லை. வீட்டை நோக்கி ஓடிக்கொண்டே இருந்தான்.

நாங்கள் அதிர்ச்சியில் பிரம்மை பிடிச்சாப்ல சென்று கொண்டிருந்தோம்... யாரும் கேள்வி கேட்டால் பதில் சொல்லவா, வேண்டாமா, சொன்னால் நல்லதா, சும்மானாச்சுக்கும் (வேண்டுமென்றே) அழுது நடித்துவிடலாமா என்றெல்லாம் மனசுக்குள் குழம்பி கொண்டோம். மென்று முழுங்கி,

"அந்த கிணத்துல பொணம் மிதக்கு" என்று சொன்னோம்... கிட்டத்தட்ட அழத் தயாரா இருந்தோம்.

“எப்ப பாரு குளம் கிணறுனு. ஒழுங்கா வீட்டுல இருக்குதுங்களா பாரு” யார் யாரோ திட்டினார்கள்.

வீட்டுக்குள் வந்து ஒளிந்தோம். இல்லை பதுங்கினோம்.

“டே, உங்கள தான் போலீசு தேடுதாம், சாட்சி சொல்ல ஆள் வேணுமாம் என்றார் போஸ்ட் ஆபீஸ் பெரியப்பா... இன்னும் பயந்தோம். பீதியில் கிடந்தோம்.

கந்தனுக்கு காச்சல் வர ஆரம்பித்திருந்தது. அவன் அப்பா ஒரு அப்பிராணி என்பார்கள். எந்த வம்பு தும்புக்கும். போகமாட்டார். அதிர்ந்து பேச மாட்டார்.

“அவருக்கு இப்படி ஒரு புள்ளை”

“புள்ளெழுவலா இதுதுங்க, எல்லாம் வினைங்க”

“சரி... எப்படியும் யாராவது போய் குளிக்கையில அது வந்து தானே ஆவணும். இவனுவ குளிக்கையில் வந்திட்டு, ஆனா தைரியசாலி புள்ளெழுவ தான்”

“அதானே பாரேன், தைரியமா நடந்து வந்திட்டானுவளே, இவனுவளும் முங்கிராம.

அதுவே பெரிய விஷயம்லா”

“அது இவனுவள அடிக்காம இருந்துச்சே”

ஆளாளுக்கு பேசிக்கொண்டார்கள்

“என்னமோ நாங்க கொன்னு கிணத்துல போட்ட மாதிரி பேசுறீங்க”

கோபம், அழுகை, ஆற்றாமை (கிணத்துல குளிக்க போனது ஒரு குத்தமாய்யா) எல்லாம் ஒன்று சேர வெங்கிட்டு சொன்னான்

“அது யார்னே எங்களுக்கு தெரியாது”

அவனுக்காவது பேச்சு வந்தது... எங்களுக்கெல்லாம் மூசசு மட்டும்தான் வந்து கொண்டிருந்தது.

“ஓ, சார்வாளுக்கு அந்த ஆசை வேறயா,” காதை பிடித்து திருகிகொண்டே சொன்னார் ஆறுமுக சித்தப்பா.

“எவனும் வீட்டை விட்டு வெளிய வரக்கூடாது. மூணு நாளைக்கு எவனையும் ஒண்ணா பாக்க கூடாது. போங்கல” என விரட்டினர்.

கிணத்தடிபக்கம் கூட்டம் அலை மோதியதாக எதிர் வீடு அத்தை சொன்னார்கள்...

"யாராம் டி" காந்தி பெரியம்மா கேட்டாள்.

பெரியம்மா ரொம்ப குண்டாக இருப்பாள். பிந்துகோஷ் மாதிரி. ஆனால் உட்கார்ந்த இடத்தில இருந்தே எல்லா செய்தியையையும் சேகரித்து விடுவாள். எங்க தெரு ஆல் இந்திய ரேடியோ.

"தெரியல மயினி", என்று இழுத்தபடியே சொல்ல

"ஏத்தாடி, இந்த அநியாயம் எங்கும் உண்டுமா" புலம்பியபடியே வந்து சேர்ந்தாள் பார்வதி ஆச்சி

"சே, பச்சைபுள்ளகாரி த்தா, ரெண்டு நாளா காணோமாம்தா... ரெண்டு நாளும் தேடாமலா இருப்பாவோ"

"சீ, என்ன அநியாயம்" எதுத்த விட்டு அத்தை.

சித்தி, என்ன சொல்லுத, யாரு? - பெரியம்மா.

"தெற்கு தெருதான், எட்டையபுரத்து மாரியப்பன் இருக்காருல்லா, அவர் மருமவதானாம்தா" - ஆச்சி.

"எது, அந்த கலரா ஒரு புள்ளை இருக்குமே அதுவா?" பெரியம்மா.

"ஆமாட்டி, அது பேரு சாலா ட்டி" - விசாலாட்சி தான் சாலா வாக சுருங்கி போனாள்.

"அய்யயோ, யேன் எப்புடி பண்ணுச்சாம்"

"என்னனு ஒன்னும் தெளிவா தெரியல, சண்டையும் கூட்டமுமா இருந்துருக்கு போல, பாதவத்தி, இந்த முடிவெடுத்துட்டா, அந்த கைபுள்ளை அழுதமேனிக்கு இருக்குத்தா... சீ... இப்படியும் உண்டுமா" - என்ற பார்வதி ஆச்சி கொஞ்சம் நேர மௌனத்துக்குப் பின் சொன்னாள்

"பாதவத்தி... என்ன கஷ்டமும் இருக்கட்டுமே. பச்சைப்புள்ளை மொவத்துக்காக வாழ வேண்டாமா"

சொல்லும்போதே அழுகை வந்தது ஆச்சிக்கு...

"எங்க ஆத்தாலாம் என்ன கஷ்டபட்டு வளர்த்தா தெரியுமா, மூதி, இப்படி பண்ணிட்டு போயிருக்கா" லேசா அழுது முந்தானையில் துடைத்து கொண்டாள்.

“இதுல வவுத்தெரிச்சல் என்ன தெரியுமா இரட்டைவட சங்கிலி தொலஞ்சுற கூடாதுனு ரவிக்கையோட சேத்து ஊக்கு மாட்டிட்டு விளுந்துருக்காத்தா. அந்த சங்கிலி ரவிக்கையோட ஒட்டி கிடக்கு”.

“ஏம்தா, அவளா குதிச்சாளா, இல்லை அடிச்சு தூக்கி போட்டுட்டானுவலா” - பெரியம்மா விசாரணை யை துவங்கினாள்.

“அப்பிடியும் இருக்குமோ, யார் கண்டா”

நான் சாலாக்காவை ரெண்டொருதரம் பார்த்திருக்கிறேன். இடுப்பில் குழந்தையை தூக்கி வைத்துக்கொண்டு சோறூட்டும். அழகாக இருக்கும். சிரித்த முகம்.

தெற்கு தெரு ஆட்களே சேர்ந்து தூக்கி தெருவில் கொண்டு வந்து போட்டார்களாம்.

இரவு ஒரு எட்டுமணிக்கு நான் சென்று லேசா எட்டி பார்த்தேன் தெற்கு தெருவை.

தெருமுனையிலேயே போட்டிருந்தார்கள்.

சாலாவின் மீது வெள்ளை துணி போர்த்தப்பட்டிருந்தது. ரெண்டு போலீசுகாரர்கள் இரும்பு சேர்ல உக்காந்துருந்தாங்க. குளிருக்கு மப்ளர் கட்டிருந்தாங்க. கையில் டார்ச் வச்சுருந்தாங்க.

எங்கே கூப்பிட்டுவிசாரிப்பார்களோ என்ற பயத்தில் ஓடி வந்துவிட்டேன்.

யாரிடம், என்ன விசாரித்தார்கள் என தெரியவில்லை...

எங்கள் யாரிடமும் எதுவும் விசாரிக்கவில்லை.

“நம்மளா போய் சொன்னா என்னல, என்ன என்ன பாத்தோம்னு, கோர்ட் டலாம் பாக்கலாம்... ஜம்ம்னு போலீஸ் ஜீப்ல போலாம்” என்றான் கட்டமுத்து.

“வா, போலாம்” என வெள்ளையா இழுத்தான்

“ஏய் போப்பா, நான் ச்சும்மால சொன்னேன்”

கட்டமுத்து. இப்படித்தான் எதாவது பேசுவான்... காமெடி என்ற பெயரில்

“அவம் துட்டுள்ள பார்ட்டில்லாடே.... இளக்க வேண்டியதை இளக்கி எல்லாத்தையும் சரி பண்ணிருவாம் பாரு...” என பொதுவாக பேசிக்கொண்டார்கள்.

மறுநாள் எல்லாம் முடிந்தது... இரண்டாவது நாள் நாங்கள் மெல்ல ஒன்று கூடினோம்...

கந்தனுக்கு விட்டு விட்டு காச்சல் வந்துகிட்டு இருந்துச்சு. இரவில் உளருதாம்னு சொன்னாங்க

மொத ரெண்டு நாளைக்கி எங்களை கந்தனை பாக்க விடல.

எல்லாம் உங்களாலதாம்லனு திட்டினாங்க அவங்க அம்மா. அவங்க அப்பா அப்பவும் அமைதியா வெறிச்சமேனிக்கு இருந்தார். எங்களுக்கும் கந்தனை நினைச்சு பயம் வந்திருச்சு...

“நேத்து நைட் 12 மணிக்கு ஜல் ஜல் னு சத்தம் கேட்டுச்சுல” - குமாரு சொன்னான்

“நான் லேசா ஜன்னல் கதவை திறந்து பாக்கலாம்னு நினைச்சேன். பயமா இருந்துச்சு” என்றான்

ஆளாளுக்கு ஒரு கதை சொன்னார்கள், சாலா கிணற்றடியில் உக்காந்து அழுது கொண்டிருந்தாள்.

வா வா என கூப்பிட்டாள்... நேற்று குளத்தங்கரை முனையில் நின்றிருந்தாள், என்றெல்லாம் பேசிக்கொண்டார்கள்.

அந்த கிணற்றடிக்கு தான் இக்கதையின் முதல்பாராவில் வந்த பாட்டியின் ராசா போய்ட்டு வந்திருக்கானாம்.

“பேயா இருந்தாலும் கும்பிடுதவங்கள ஒன்னும் செய்யாது, நாம சாலாக்காவ கும்பிட்டுருவோமா” என்றேன்.

“எப்படி கும்பிடுதது” - கட்ட முத்து.

“பூசைக்கு வீட்டுல வாங்குவோம்ல, அத எல்லாம் வாங்கிடுவோம்” என்றான் மணி.

பதினாறாம்நாள் கழிந்த சனிக்கிழமை யாரும்வராத பதினோரு மணிக்கு. பகல் தான். பன்னிரண்டு மணிக்கு போக பயம். ஒருவேளை சாலா வந்துட்டாள்னா?

வெற்றிலை பாக்கு, பழம், சூடம் (கற்பூரம்), பத்தி, பூ, பொரிகடலை வாங்கி குளத்தங்கரை போனோம்.

கீழே வெற்றிலை, பாக்கு, பழம் வைத்தோம். பத்தி கொளுத்தி காட்டினோம். கிணற்றை பாக்க தீபாதரனை காட்டினோம், கீழே பார்த்துக்கொண்டே... ... கிணத்த பாக்க பயம்.

“கடைசியாக ஒருதடவை கிணத்த பார்த்துருவோமா” - கட்டையன்.

“சும்மாருல, அப்படியே குனிஞ்ச தலை நிமிராம போயிருவோம்” என கத்தினேன்.

அக்கா, கந்தன் நல்லவன் அவனை எதுவும் செஞ்சுராதக்கா... என்றான் வெள்ளையா

யாரையுமே எதுவும் செஞ்சுராதாக்கா என்றான் கட்டையன்

ஒருமாதம் ஆகியும் பயம் போகவில்லை. யாரும் கிணத்துக்குப் போகவில்லை. தண்ணி எடுக்கவும் வழியில்லை. ஊர் கொஞ்சம் திணறியது. இறுதியில் ஒரு பூசாரி வைத்து பூஜைசெய்வது, எல்லாவற்றுக்கும் பரிகாரம் செய்வது என்று முடிவானது. பூசாரி வந்தார் உடுக்கை, வேப்பிலை சகிதம். நெற்றி மற்றும் உடல் முழுவதும் திருநீறு. உடுக்கை அடித்தபடியே காளி பாடல்களை உக்கிரமாய் பாட ஆரம்பித்தார்...

“உவ்வ்வ்வ்வ்வ்வ்வ்”

“ஆஅஹ்ஹஹ்ஹஹ்ஹஹ்ஹஹ்ஹ”.

ஒரு பெண்ணுக்கு உடுக்கை சத்தத்தில் சாமி வந்தது, இல்லை சாலாக்கா வந்தாள்...

“யாருட்டி ஆடுதா? கண்ணை இடுக்கிகிட்டு பார்வதி ஆச்சி கேட்டா.

“தெற்கு தெரு ராணி தாம்”

என்னென்னவோ மந்திரங்களை உச்சரித்தபடி பூசாரி,

“ஏன் இப்படி பண்ணினே, ... சொல்லு”

சாலாக்கா அமைதியாக இருந்தாள்

“சொல்லு, ஏன் இப்படி பண்ணினே”

“சொல்ல மாட்டேன்... சொல்ல மாட்டேன்”

சரி... இனிமே... இந்த பக்கம்... நீ வரக்கூடாது...

“ஹே... ஹே... ய்... சொல்லு... வர மாட்டேன்னு சொல்லு”

திருநீறை வாரி மூஞ்சியில் அடித்தார்.

“ஊருக்கு குடிக்க தண்ணி வேணும்தா, ... நீ போய்ரு...” யாரோ ஒருவர் கத்தினார்.

சாலாக்கா காறி துப்பினாள்...

"த்த்த்தூஊ... ஒரு பொம்பள புள்ளை... ஹ... ஹ... ஹ" மூச்சு வாங்கியபடி சொன்னாள்

"அழுது அரட்டுறப்போ... ஹ... ஹ... ஹ... காப்பாத்த துப்பில்லை... ஹ... ஹ... ஹ... தண்ணி வேணுமாடா... தண்ணி"

"யாத்தீய்ய்ய், எம் மருமவள வுட்டுருத்தா... உனக்கு என்ன வேணுமோ கேளுத்தா" - - ராணியின் மாமியார் கிழவி சொன்னாள்.

"உவ்வ்வ்வ்வ்வ்... இன்னொரு சாலா... ஹ... ஹ... ஹ. இந்த ஊருல... ஹ... ஹ... ஹ இருக்க கூடாது..."

"சரி... த்... தா..." - - மருமக காலில் விழுந்து கும்பிட்டாள்.

இரண்டு வருடங்கள் ஆகியிருந்தது. பம்பாயிலிருந்து நேற்று ஊருக்குவந்த மலர்அத்தை ராணியிடம் கேட்டார்கள்.

"எப்படிட்டீ இருக்க"

"நல்லாருக்கேன் த்தே"

"மவளா, பேரு என்ன ராசாத்திக்கு" குழந்தை அழகாக இருந்தது.

"சாலா."

"யேம் ட்டி, அவ பேர வச்சுருக்க?"

"அவளாலதாம் த்தே நிம்மதியா வாழ்தேன், அடி உதை இல்லாம". குழந்தை அழகாக சிரித்தது சாலாக்கா கன்னத்தில் இருக்கும் மரு மாதிரியே ஒரு அழகிய மருவுடன்.

~

*2020 மார்ச், வலம்.*

# கூத்தன்

“என்ன மசமசனு நின்னுக்கிட்டு இருக்கீரு... எலய எடுத்து போடும்” - கணியனை பார்த்து மாசானம் கத்தினான். மாசானமும் ஓட்டலில் ஒரு தொழிலாளி தான் என்றாலும் முதலாளிக்கு நம்பிக்கையானவன் என்பதால் கூடுதல் செல்வாக்கு.

அரி தான் சொல்லுவான் “சாமிய விட சப்பரம்லா ரொம்ப ஆடுது”. எல்லோரும் சிரித்துக் கொள்வார்கள்.

கணியன் வேலைக்கு வந்து இன்றோடு நான்கு நாள் ஆகிறது.

**“கோட்டையை விட்டு**
**வேட்டைக்கு வந்த**
**சுடலைமாட சாமி...”**

பாடல் ரேடியோவில் ஒலித்தது.

கணியனின் உடல் லேசாக அதிர ஆரம்பித்தது. கட்டுப்படுத்திக்கொண்டார்.

“லே, பாட்ட மாத்த சொல்லுல” என்றார் அரியிடம்.

“யேம், சுடலைமாடன் வந்துருவரோ” - என்று கிண்டலடித்தாலும் அரி பாட்டை மாத்திருவான்.

மூட்டை துக்கும் சுந்தரம் தான் டவுண் மார்க்கெட்டில் இருக்கும் இந்த சின்ன ஓட்டலில் சேர்த்துவிட்டான்.

“அறுப்பு கிறுப்பு ஏதும் இல்லலா, அதான் சும்மா இருந்தாவோ அண்ணாச்சி, அதான் கூட்டியாந்தேன். வேலை சுத்தமா பாப்பாவோ. கை சுத்தம், மனசு சுத்தம். ஒரு வாரம் வச்சு பாருங்களேன்”

“எய்யா, நின்னுக்கிட்டே இருக்காதிங்க எலய போடுங்க தண்ணிய வைங்க, கூட்டு பொரியல் என்ன வேணும்னு கேட்டு

பம்பரமா சுத்தணும், பார்த்துக்கிடுங்க" - மாசானம் முதல் நாளிலேயே கட்டளை இட்டான்.

கணியன் நல்ல உசரம், பெரிய மீசை, ஓரளவு திடகாத்திரமான உடல்வாகு. காய்ப்பேறிய கைகள் கண்களில் எப்போதும் ஒரு தீர்க்கம்.

அரி தான் கேட்டான். "இதுக்கு முன்னாடி என்ன பண்ணிட்டு இருந்திய"

சுந்தரம் ஏற்கனேவே சொல்லிதான் கூட்டு வந்தான்.

"அண்ணாச்சி, நீங்க பெரிய கூத்து கட்டுறவரா இருக்கலாம். ஆனா அத சொன்னா எவனும் வேலைக்கு சேக்க மாட்டான். புரிஞ்சுதா, வயல் வேலைனு சொல்லிக்கிடுங்க."

கணியனுக்கு ஆத்திரம், கோபம், ஆத்தாமை எல்லாம் சேந்து வந்துச்சு.

கொலையா, களவா, சூதாயா கூத்து, அது அவ்வளவு பாவமா? மறைக்கதுக்கு... என்று மனம் வெம்பி கண்ணில் நீர் துளிக்க

"சரியா" என்றார்.

நல்லது செய்யணும்னு வந்த இவன்கிட்ட என்னத்த சொல்ல. உலக நடப்பதானே அவனும் சொல்லுதாம். அவர் மனைவி ஆவுடை சொல்லியது ஞாபகம் வந்தது.

"இதப்பாரு, இனியாவது ஒழுங்கா எதாவது வேலை செஞ்சு நாலு காசு கொண்டா. பிறந்த புள்ளைக்கு செயின போட்டா, அனுப்புன்னு சம்மந்தாரி வேற சொல்லிட்டா. அந்த பய பொறந்து. எட்டு மாசம் ஆச்சு, இன்னும் அனுப்ப முடியல மூத்தவள, இதுல இளையவள வேற கரை சேக்கணும்... கூத்து கூத்துனு அலஞ்சது போதும்... நானும் என்னால முடிஞ்ச அளவு மல்லாடி பார்த்துட்டேன்... முடியல சாமி... என்னா கேட்டியா"

தலையை மட்டும் அசைத்தார்.

கணியன் தெருக்கூத்தில் வல்லவர். அதுவும் நரசிம்ம வேஷம் போட்டால் அவரை கட்டுப்படுத்த நாலு பேர் வேண்டும்... அந்த அளவு துடியா நிற்பார்... நரசிம்மராகவே மாறி இருப்பார்.

அவருக்கு அந்த தாளக் கட்டுக்கேத்த உடல் அசைவு, முக பாவனைகள், நடனம், பாடல்கள் வசனம் என அத்தனையும் இயல்பாய் வரும். நரசிம்ம வேஷம் போட்டால் நரசிம்மராகவே மாறி நிற்பார். இரணியன் வேஷம் கட்டுபவர் இவரை விட திடகாத்திரம்... ஆனாலும் இரணியனை தோளில் வைத்து தூக்கி ஒரு சுத்து சுத்தி தன் தொடையில் வைத்து வயிற்றை கிழிப்பார்.

வயிற்றில் சிவப்பு மையில் நனைக்க பட்ட நீள துணிய சட்டைக்குள் உள்ள பாலிதீன் பைக்குள் வைத்திருக்க, இவர் அந்த பைய கிழித்து துணியை எடுப்பது, சிவப்பு விளக்கும்... உறுமி, பறை, நய்யாண்டி மேளம் முழங்க, உண்மையான இரணியன் வதை படலம் நடப்பது போல் இருக்கும்... ஜனங்கள் சிலிர்த்து கை தட்டும்.

“என்னா ரோசனை பலமாருக்கு” - அரி தான் கேட்டான். இருபது வயது நிரம்பிய பையன் அரி. மெல்லிய உடல்வாகு. அப்பா இல்லை. இவன் தான் குடும்பத்தைக் கவனிக்கணும் என்பதாலோ என்னவோ கோவம் அதிகம் வராது. யாரையும் சமாளித்து விடுவான்.

“ரோஷமெல்லாம் பார்த்து என்னத்த செய்ய போறோம். எப்பேர்ப்பட்ட ஆளுன்னாலும் சரி, அவன் குனிஞ்சு கும்பிடவும் ஒருத்தன் இருப்பான் அவனுக்கும் மேல. என்ன, வெளிய தெரியாம வேணா இருக்கலாம். அதனால அதல்லாம் பாக்கக் கூடாது” என இந்த வயதிலேயே தத்துவமாய் பேசுவான். அரி என்ற பெயரே கணியனுக்கு பிடித்திருந்தது.

எங்கேடா உன் ஹரி என்று கேட்க போய்தானே நரசிம்மரே வருவார்...

என்னா ரோசனை பலமாருக்கு” - மீண்டும் கேட்டான் அரி.

“ஒண்ணுமில்லையா”

“வேலைய பார்த்துகிட்டே இருங்க. மதியம் சாப்பாடு வேலைலாம் முடிஞ்ச பின்னாடி பேசுவோம்” - அரி.

அவன் சொன்னதே அவருக்கு நிம்மதியா இருந்தது. இப்போதெல்லாம் அவன் தான் கணியனுக்கு மனப்பாரத்தை இறக்கி வைக்கும் சுமைதாங்கி.

“யோவ், அந்த தண்ணி குடத்தைத் தூக்கி வாளில ஊத்துய்யா” என்றான் மாசானம்.

யோவ் என்ற வார்த்தை சுர்ரென்று ஏறியது கணியனுக்கு.

**மூவுலகும் ஆளுகின்ற...**
**ஆளு... கின்ற (துணை குரல்கள்)**
**அண்டபேரண்டம் அடக்கியாளும்**
**அடக்கி... யாளும் (துணை குரல்கள்)**
**இரணியன் மகாராசா வந்தேனெய்யா**
**வந்தே... னெய்யா (துணை குரல்கள்)**

காதில் இரணிய கூத்துப் பாடல் ஒலித்தது. காதை பொத்தினார்... மடமடவென்று தண்ணி குடத்தை எடுத்து தண்ணியை வாளியில் ஊற்றினார்.

எல்லா வேலைகளும் முடிந்தபின் அரியும், கணியனும் மொட்டைமாடியில் நிழல்விழும் இடமாய் போய் படுத்தனர்.

“என்ன யோசிச்சிட்டுருந்திங்க?”

“வேறென்ன... கூத்தை தான்...”

“கூத்துன்னா அவ்ளோ பிடிக்குமோ, யேன்”

“யேன்னா... அது கலைய்யா. நீங்கல்லாம் போய் கும்பிடுதியலே நடராசன், யாரு அவன்? பெருங் கூத்தாடில்லா... உலகமே ஒரு கூத்துமேடை தானே”

“நரசிம்மம் வேஷம்போட்டதும், எல்லாரும் உங்கள ரொம்ப மதிப்பாவளோ?”

“ஜனங்க உணர்ச்சிவசப்படும்... கால்லகூட விழும்.”

“அப்புறம்”

“கூத்து முடிஞ்சதும் காசுக்கு நிக்கும்போதுதான் எங்க நெலை தெரியும்... பணக்காரங்கலாம் நிறைய கொடுப்பாங்க. சிலபேரு கூத்து வாத்தியார் போனா தர மாட்டாங்க... நரசிம்மத்தை கூப்பிடுன்னுவாங்க. நரசிம்மத்தை குனிய வைக்கதுல ஒரு பெருமை.”

“நான் சட்டுனு பாதி வேசத்தையாவது கலைச்சிட்டுதான் அவங்க முன்னாடி போய் நிப்பேன்.”

“யேன்”

“கணியன் குனிஞ்சு காசு வாங்கலாம்... நரசிம்மமூர்த்தி வாங்காது... டா”

குரலுயர்த்தி ஆவேசமான கணியன்... பின் அமைதியானார்.

“நாலு வா நல்ல சோறு திங்க, பெத்ததுங்கள கரையேத்த என்னலாம் பாடுபட வேண்டிருக்கு”

**“பிறந்தோம் என்பதே முகவுரையாம்**
**பேசினோம் என்பதே தாய்மொழியாம்**
**மறந்தோம் என்பதே நித்திரையாம்**
**மரணம் என்பதே முடிவுரையாம்**
**ஆடி அடங்கும் வாழ்க்கையடா**
**ஆறடி நிலமே சொந்தமடா...”**

கணீர் குரலில் கனியன் பாடினார்.

இரணியன் கூத்துல உள்ள பாட்ட படிங்க - அரி.

தன் கையில் வைத்திருந்த பையை திறந்து சலங்கை எடுத்தார், நரசிம்ம வேஷத்துக்கான முகமூடியும் கை உறையும் எடுத்தார்.

“இத போட்டு ஆடுங்க பாப்போம்” - அரி.

“சே... திடிர்னு யாராவது வந்தா மாட்டிக்கிடுவோம். சும்மா பாட்டு மட்டும் பாடுதேன்” - என்றார் கனியன்.

**மூவுலகும் ஆளுகின்ற...**
**ஆளு... கின்ற (துணை குரல்கள்)**
**அண்டபேரண்டம் அடக்கியாளும்**
**அடக்கி... யாளும் (துணை குரல்கள்)**
**இரணியன் மகாராசா வந்தேனெய்யா**
**வந்தே... னெய்யா (துணை குரல்கள்)**

“இப்படித்தான் ஒரு சுத்து சுத்தி, இப்படி அடவு எடுத்து, பாட்ட பாடிக்கிட்டே வருவார் இரணியன்னா நடிக்கிறவர் வந்து”

“யாரேனும் ஈடுண்டா... எனக்கு”

“அஹங் னு ஜால்ரா போடுறவங்க சொல்வாங்க”

“யாரு” என்றான் அரி.

“அவங்களாம் பின்பாட்டு பாடுவாங்க.”

“மகனே பிரகலாதா... மாற்று உன் மந்திரத்தை

ஆமா... மாற்று உன் மந்திரத்தை (துணை குரல்கள்)
இரண்யாய நமஹ... என
சொல்லு உந்தன் நாவாலே
நாவா... லே (துணை குரல்கள்)"
பிரகலாதனை நடிக்கிற குழந்தை
"ஓம் ஹரி... ஓம் ஹரி
எங்கும் ஹரி எதிலும் ஹரி" னு பாடும்."
"ஏலே அரி... என்ன சொகுசா தூங்குதியலோ..." -
மாசானம் தான்.
அலறி அடித்து இருவரும் கீழே ஓடினர்.
"டிபன் சாப்பிட ஆளுக வந்துருவாங்க ரெடியாயிருங்க".
ஆரம்பித்த கூத்தைக் கணியனால் நிறுத்தமுடியவில்லை.
சின்னப்பயலே... சின்னப்பய... லே
சின்னப்பய... லே (துணை குரல்கள்)
எங்கேடா உந்தன் ஹரி...
ஓடி ஒளிந்தா... னோ...
ஒளிந்து ஓடினா... னோ...
ஆட்கள் ஒவ்வொருத்தராய் வர ஆரம்பித்தார்...
"இந்த சாம்பார் சட்டிய யார் அங்க கொண்டு போய் வைப்பா, உங்கப்பனா வருவார்?" மாசானம் வார்த்தையில் தேளாய் கொட்டினான்.

கோபத்தின் உச்சிக்குப் போனார்... சட்டென அரி அந்த சட்டியை எடுத்துக் கொண்டு கிச்சனுக்கு போனான், இவரையும் பார்வையால் கெஞ்சி விட்டு.

"வந்தவனை...
ஆமாம்... வந்த... வனை (துணை குரல்கள்)
வந்தனம் பண்ணச் சொல்லு...
பண்ணச்... சொல்லு... (துணை குரல்கள்)
இந்த ராசனுக்கு ராசன்
மூவுலகின் ராசன் இரணியனுக்கு I (துணை குரல்கள்)
வந்தனம் பண்ணச் சொல்லு...
பண்ணச்... ... சொல்லு..." (துணை குரல்கள்)

காதில் மீண்டும் கூத்து பாடல் கேட்டது...

"நல்லாருக்கீரா" என்றார் நெற்றியில் நாமம் தரித்த, சாப்பிட வந்த ஒருவர்.

"நீங்க?"

"மனுஷாள் தான்... குறி சொல்வேன். என்னவோ உம்மை பார்த்ததும் குறி சொல்லணும்னு தோணித்து."

"என்கிட்ட காசு இல்ல சாமி."

"காசு கெடக்கு வோய்"

முதலாளியோ, மாசானமோ தென்படுகிறார்களா என பார்த்துப்பின் தயங்கி கையை காட்டினார்.

"இதுவரை சோத்துக்கு பஞ்சமில்லை... இனியும் இல்ல"

"கலையை நீர் காப்பாத்தும்... கலை உம்மை காப்பாத்தும்."

"நரசிம்மமாவே இரும்... ... வேஷம் போடாட்டாலும்."

"அவ்வளவுதான்." என்றார் வந்தவர்.

"பொண்ணுங்க... வாழ்க்கை." என இழுத்தார் கணியன்

"அது உம்ம சுமை இல்ல... அவன் சுமை" மேலே கை காட்டினார்.

மனதில் எதோ தெம்பு கூடியது போல உணர்ந்தார்.

ஒருமாதிரி மணி பத்து ஆனது... இவர் தூரத்தில், பேட்டையில் இருப்பதால் கிளம்பலாம் என முதலாளி சொல்லி விட்டார்.

மாசானம் பய என்னலாம் பேசிப்புட்டான்... என மனதில் கொதித்தபடியே சைக்கிளை ஓட்டிக்கொண்டு வந்தவர் காதில் மீண்டும் கூத்துப் பாட்டு ஒலிக்க ஆரம்பித்தது.

எங்கேடா உந்தன் ஹரி...

ஓடி ஒளிந்தா... னோ...

ஒளிந்து ஓடினா... னோ

வந்தவனை...

ஆமாம்... வந்த... வனை

பேட்டை தர்கா தாண்டியவுடன் ஆள் இல்லாத இடத்தில் ஒருமரத்தின் பின் சைக்கிளை நிப்பாட்டினார்.

"தினவு தீர ஒரு ஆட்டம் ஆடிர வேண்டியதுதான்" - தனக்குள் சொல்லிக்கொண்டார்.

பையை திறந்து கூரிய நகங்கள் உள்ள நரசிம்ம கையுறை மாட்டினார். சலங்கை கட்டினார். நரசிம்மர் முகமூடியை மாட்டி நிமிரும் போது நாலு மரம் தள்ளி எதோ சத்தம் கேட்டது. மூன்று பேர் சண்டை போடுவது போல் தெரிந்தது.

"காப்பாத்... துங்க... ம்ம்ம் ஆஹ்ஹ்"

"எவம்ல வருவான், எவனும் வரமாட்டன், இருக்கதல்லாம் கொடுத்துட்டு ஓடிரு" என்று மிரட்டும் குரல் கேட்டது

நரசிம்மம் குரல் வந்த திசைநோக்கி திரும்பியது.

வந்தனம் பண்ண சொல்லு...

இந்த ராசனுக்குராசன்...

கூத்துப் பாட்டு ஒலித்துக் கொண்டே இருந்தது கணியன் காதில்.

"கொடுத்துருல... தாயோழி செத்துருவ"

நரசிம்மம் குரல் வந்த திசை நோக்கி நடந்தது.

இன்னும் நெருங்கிவர ஒரு ஆளை இரண்டு பையன்கள் அடித்துத் துன்புறுத்துவது போல் இருந்தது

அந்த பணக்காரன் போலிருந்தவரின் கையிலிருந்த பெட்டியை பிடுங்கி கொண்டிருந்தான் ஒரு பையன். இன்னொருவன் அவரின் கழுத்தில் கத்தி வைத்திருந்தான். பையன்களுக்கு வயது இருபதுகளில் இருக்கும்... உசரமாய், ஒல்லியாய் இருந்தனர்.

மூவுலகின் ராசன் இரணியனுக்கு!

"காப்பாத்... துங்க காப்பாத்... துங்க, அம்... மா."

நரசிம்மம் நேருக்கு நேர் நின்றது.

சலங்கை ஒலியுடன் வித்தியாசமான உருவத்தைப் பார்த்ததும் முதலில் பயந்தனர்.

"இந்த பாரு, ஓடிரு... தாயோளி,... வந்தேன்னா செத்த, பாத்துக்கோ" - கத்தியை வைத்திருந்தவன் கணியனைப் பார்த்து கத்தினான்.

"எங்கேடா ஹரி...
அவர் தூணிலும் இருப்பார், துரும்பிலும் இருப்பார்"

மதி பொன்னரசு | 27

கூத்து பாடல் காதில் ஒலித்து கொண்டே இருந்தது.

"நீ ஓடிரு... இதுக்கும் உனக்கும் சம்பந்தமில்லை" - இன்னொருவன் சொன்னான்.

நரசிம்மமாவே இரு... ... வேஷம் போடாட்டாலும்.

"எங்கேடா ஹரி... இந்த தூணா... "இந்த தூணா..."

காதில் ஒலித்துக் கொண்டே இருந்தது

காதில் நரசிம்மத்துக்கான ஜதி கேக்க ஆரம்பித்தது

தத்தரிகிட தத்தரிகிட தத்தரிகிட தத்தோம்

தத்தரிகிட தத்தரிகிட தத்தரிகிட தத்தோம்

அடவு பிடித்தார்... நரசிம்மா... உக்கிரமாய் கத்தியபடி

நேரே கத்தி பிடித்தபையன் அருகில் ஆங்காரமாய் உறுமலுடன் போன நரசிம்மம்... அவன் கத்தியை இவரை நோக்கி வீசுமுன் கை பிடித்து முறித்ததோடு அவனை கழுத்தோடு சேர்த்து... ... அஹ்ஹ்ஹ்ஹ ஹ்ஹ்ஹய்யய்யய்ய ய்யய்ய என்று ஆங்காரக் குரலோடு அவனை ஒரு சுத்து சுத்தி இன்னொருவன் மேல் வீசியது...

காதில் ஜதியின் வேகம் கூடியது.

தத்தரிகிட தத்தரிகிட தத்தரிகிட தத்தரிகிட தத்தரிகிட தத்தரிகிட

மேலும் ஒரு அடவு எடுத்து, இரண்டு பேரையும் துவம்சம் பண்ண ஆரம்பித்தது.

ரெண்டு பேரும் இந்த ஆவேசம் கண்டு விழுந்து புரண்டு ஓட ஆரம்பித்தனர்.

"நர... சிம்மம்... டா..."

"எல்லா இடத்துலயும் இருப்பான்... டா"

"ரொம்ப நன்றிங்கய்யா, கடவுள் மாதிரி வந்து காப்பாத்துனிங்க. பாலு ஜூவெல்லர்ஸ்னு நகைக் கடை நடத்திட்டு இருக்கேன். இதுல லட்சக்கணக்கான மதிப்பு பெரும் நகைங்க இருக்கு."

மூச்சு வாங்கியது. பேக்கிலிருந்து தண்ணீர் எடுத்து குடித்தார்.

“நான் கொண்டுபோறத எப்படியோ தெரிஞ்சுக்கிட்டு பின்னாலயேவந்து மறிச்சிருக்காங்க. நீங்க வரல்லன்னா, நகையோடு சேர்ந்து உயிரும் போயிருக்கும். இந்தாங்கய்யா என்று தன் கழுத்தில் கிடக்கும் செயினை கழட்டி நீட்டினார்.

“நரசிம்மம்... யார்ட்டயும் கையேந்தாது...” - என்றார் கணியன் தீர்க்கமாய் பார்த்தபடி.

ஆக்ரோஷமெல்லாம் வடிந்திருந்தது. கையுறை, முகமூடி, சலங்கை என ஒன்றன் பின் ஒன்றாக கழற்றினார்.

“புள்ளைக்கு செயின போட்டா, அனுப்புன்னு சம்மந்தாரி வேற சொல்லிட்டா” ஆவுடையின் குரல் மனதில் ஒலித்தது.

கழற்றியவைகளை பையில் வைத்துக்கொண்டே தலையை குனிந்தபடி தனக்கே கேக்காத மெல்லியகுரலில் சொன்னார்.

“செயினை கொடுக்கிறதுதான்... உங்களுக்கு திருப்தினா... தாங்க”

~

# கணேசண்ணன்

தேர்வுக்கு போகும் முன்பு தான் விஜி அதை செய்தாள்... யாரும் அதை எதிர்பாக்கவில்லை...

"மாமா... என்னை நல்ல மார்க் எடுக்கணும்னு ஆசீர்வாதம் பண்ணி திருநாறு பூசுங்க" என்று கணேசண்ணன்னின் காலில் விழுந்தாள்...

பதறி நகர்ந்தான் கணேசண்ணன்...

"அதெல்லாம் வேணாம் ... நீ நல்ல மார்க் வாங்குவே போ..."

"நீங்க திருநீறு பூசுங்க மாமா... ஆச்சி இருந்தா பூசிருக்கும்ல..."

பிடிவாதமாய் இருந்து திருநீறு பூச வைத்தாள் விஜி.

விஜி 10 ம் வகுப்பு படிக்கும் மாணவி. பார்வதி அக்காவின் மகள். கைக்கும் வாய்க்கும் சரியாக உள்ள, ஒரு சாதாரண குடும்பத்து பெண்.

"இவ தலையெடுத்து தான் குடும்பத்தை கரையேத்தணும்" இப்படி தான் பார்வதி அக்கா சொல்லிக் கொண்டிருப்பாள் எல்லோரிடமும்...

"என்ன கணேசா... தூரமா..."

"ஏம் மயினி... போம்போதே இப்படி கேட்டா போற காரியம் வெளங்குன மாதிரி தான்..."

"அய்யய்யோ, பொண்ணு கின்னு பாக்க போறியோ"

சுற்றி அமர்ந்திருந்த பெண்கள் எல்லாம் சிரித்தார்கள்

கணேசண்ணன் அசர வில்லை...

"பொண்ணு எதுக்கு பாக்கணும்னேன், உங்க வீட்டுல, அண்ணனுக்கு பாருங்க, மண்டைல ஒரு முடி இல்ல... இங்க பாத்தியளா...

"ஆமா, ஏ எப்பா, வசந்த மளிகை சிவாஜி கணக்காலா குருவி கூடு... வச்சு ஜம்னு இருக்க"

மீண்டும் பெண்கள் சிரித்தார்கள்...

கணேசண்ணன் சற்று குள்ளம் ஒல்லியான உருவம். பல் வேறு துருத்திக் கொண்டிருக்கும். வெள்ளேந்தியான மனசு. பெரிய அளவில் விஷயங்கள் அவன் மனதில் பதிவதே இல்லை... எதையும் ரொம்ப ஆழமாகவெல்லாம் யோசிக்க மாட்டான். பள்ளியில் நான்காவது தாண்டுவதே பெரும்பாடானது. அதற்கு பின் படிப்பு ஏறவில்லை. அப்பா, அம்மாவிற்கு ஒரே பிள்ளை. நாற்பதைக் கடந்து விட்ட வயது.

"தவமிருந்து பெத்த புள்ளைலா அவன்" என்றே ஆச்சி இருக்குமட்டும் சொல்லும். தாத்தாவின் பூர்விக வீட்டில் வாழ்க்கை எதோ ஓடியது.

தாத்தா ஒரு ஜவுளிக் கடையில் கணக்கு வழக்கு பார்த்து வந்த வருமானம் போதுமானதாய் இருந்தது... தாத்தா போன பின்பு ஆச்சி வீட்டில் ஒரு பகுதியை மறைத்து வாடகைக்கு விட்டது. அதுபோக இரவில் மட்டும் வீட்டிலேயே இட்லி அவித்து விற்கும், தெரிந்தவர்கள் வந்து வாங்கிப் போவார்கள்

கணேசண்ணன் ஒரு பிரபல அப்பள கம்பெனியின் டீலரிடம் வேலை பார்த்தான்... ஒரு சிறு வேனில் அப்பள கட்டுகளை ஏற்றி கடை கடையாய் இறக்கி வர வேண்டும். கணக்கு வழக்கெல்லாம் டிரைவர் எழுதிக்கொள்ளுவான்.

கணேசண்ணன் எப்போதும் பேண்ட் சட்டை தான் போடுவான். சில நேரம் கூடுதலாக கூலிங் க்ளாஸும் போட்டு பந்தாவாய் இறங்குவான் அப்பள கட்டை இறக்க...

"ஏ... பாருய்யா, மாப்பிள்ளை வந்தாச்சுல..." என்ற படியே கடைக்காரர்கள் கிண்டலடிப்பார்கள்.

கணேசண்ணன் எதையும் கண்டுகொள்வதில்லை.

"யென்னே எப்படி இருக்கு?" என்று அசத்தலாய் கேள்வி வேறு கேட்பான்.

"உனக்கு என்னய்யா சும்மா வசந்த மளிகை சிவாஜி கணக்கால இருக்கே" என்றே சொல்லுவர்.

கணேசண்ணன் காலையில் ஐந்து மணிக்கெல்லாம் எழுந்து விடுவான். ஏழு மணிக்கெல்லாம் சந்தி புள்ளையாரை கும்பிட்டாகி விடும்.

"எம்மா சீக்கிரம் காப்பி கொடு, கோயிலுக்குப் போனும்" என பரபரப்பான்

"நீ கும்பிடுத சாமி உனக்கு ஒரு வழி காட்ட மாட்டேங்காளே" என்று ஆச்சி அங்கலாய்க்கும் போதெல்லாம்,

"ஏன்... எனக்கென்ன குறை... சும்மா புலம்பாதே" என்றே தலையை நிமிர்த்தி சொல்லுவான்.

ஆச்சி கணேசண்ணனுக்கு பொன்னெல்லாம் பார்த்தது. ஏனோ பிடிவாதமாய் மறுத்து விட்டான்.

"ஏலே கோட்டிக்காரா, நான் இருக்குமட்டும் சரி... அதுக்கப்புறம் உன்ன பார்த்துக்க ஆள் வேண்டாமாப்போ... சொல்லுதத கேளுல அய்யா" என்று எவ்வளவோ மன்றாடி பார்த்தும் ஒன்றும் நடக்கவில்லை... ஒவ்வொரு முறையும் வெவ்வேறு காரணங்கள் சொல்லும் கணேசண்ணன், யாரிடமும் பிடி கொடுத்ததில்லை.

"ஏ கணேசா, இந்தாய்யா பத்திரிக்கை... வள்ளிக்கு கல்யாணம்... ஆக்கப்பரை, ஸ்டோர் ரூம் லாம் நீ தான் பாத்துக்கணும்" என்றபடி சுந்தரம் மாமா கொடுத்த பத்திரிகையை சந்தோசமாக வாங்கிக் கொண்டான்.

"பெரியம்மா, நீங்களும் வந்துருங்க" என்றபடி சொல்லிவிட்டு சுந்தரம் மாமா போனபின்,

"ம்ம்க்கும் இதுக்கு மட்டும் வந்துருவானுவ... பத்திரிகையை தூக்கிகிட்டு... ஆக்கபறைய பாத்துக்கணுமாம்ல" என்று ஆச்சி முணுமுணுத்தது.

"எம்மா... சும்மா இரு... கல்யாணம்னு சொல்லி கூப்பிட்டுருக்காரு"

"ஏலே, அவனுவ எதுக்கு கூப்பிடுதானுவ... நல்லா உன்ன வேலை வாங்க தான்"

அதெல்லாம் கணேசண்ணன் யோசிக்கவே மாட்டான்... பத்திரிகை வந்து விட்டால் முந்தின நாள் மாலை ஆறு மணிக்கு போய் நிற்பவன் மறுநாள் மாலை நாலு மணிக்கு தான் ஸ்டோர் ரூம் விட்டு வெளியில் வருவான்... வேறு எதையும் கண்டு கொள்ள மாட்டான்... அவனை கூப்பிட்டு யாரும் மணமக்களுக்கு திருநீறு பூசவோ, போட்டோ எடுக்கவோ சொல்ல மாட்டார்கள்...

யாராவது கூப்பிட போனாலும்

"அவன் ஒரு ஆக்கங்கெட்ட கூவை லா, அவனை போய் கூப்பிடுதியோ" என்றே தட்டி கழித்து விடுவர்.

எப்போதோ சிறுபிள்ளையாய் அவன் இருக்கையில் ஓடி பிடித்து விளையாடுகையில் விளக்கு தட்டி விட்டு, அது கீழே விழுந்து, பந்தலின் சிறு பகுதி எரிந்ததாம். அதற்கு பின் நல்ல காரியங்கள் எதற்கும் முன்னின்று செய்ய அவனை கூப்பிடுவதில்லை.

“வெவரம் பத்தாதுயா” என்ற படி வேலை வாங்க மட்டும் வைத்து கொள்வர்.

அவனும் அவனுக்குள்ளாகவே தான் ஒரு அதிர்ஷ்டக்கட்டை, ஆக்கங்கெட்ட கூவை என்பதாகவே நினைத்துக் கொண்டான்.

எந்த நல்ல காரியத்துக்கும் முன்னே செல்ல மாட்டான்.

“ஏ அய்யா... கொஞ்ச நேரம் ஸ்டோர்ரூமை பாத்துக்க... இந்தா சாவி... நான் வெளிக்கி போய்ட்டு வந்துருதேன்...”

“அண்ணே... நீ வேற... நான் போட்டாகாரரை கூட்டிட்டு வரணும்”

கணேசண்ணன் அதற்கு பின் வேறு ஆளை கெஞ்சி கேட்டு கொள்வான்.

தவசி பிள்ளைக்கும் அவனுக்கும் முட்டிகிட்டு தான் இருக்கும்...

“அப்பல தானே முந்திரி பருப்பு வாங்கிட்டு போனியே”

“எலே, கூறுகெட்ட பயல, பாயாசத்துக்கு நல்ல தாராளமா போட்டாத்தானேடே நல்லா வாசமா ருசியா இருக்கும்... போ... போய் எடுத்துட்டு வா”

“இவன் பஞ்சாயத்து பெரிய பஞ்சாயத்தால இருக்கு என்னமோ, இவன் தான் வூட்டுக் காரன் மாதிரி” என்று இவனை நக்கலடித்து சென்றாலும் கணேசண்ணன் அசர மாட்டான்.

ஆச்சி இருக்குமட்டும் சாப்பாட்டுக்குக் கவலை இல்லை... அது ஒரு அதிகாலை நேரம்... ஆச்சி எழுந்திருக்கவே இல்லை.

திருநெல்வேலி ரேடியோவில் பல் சமய பாடல்கள் போட ஆரம்பித்திருந்தான்...

“நீலக்... கடலின் ஓரத்தில்...” பாடல் ஒளிபரப்பாகி கொண்டிருந்ததது.

எம்மொ, எம்மொ என கத்தியும் சலனமில்லாததால் பக்கத்துக்கு வீட்டு பார்வதி அக்காவிடம் கணேசண்ணன் சொன்னான்,

"இங்க பாருக்கா... அம்மா எந்திருக்கவே மாட்டேங்கா, வர வர ரொம்ப சோம்பேறித்தனம் ஜாஸ்தியாயிட்டு..."

பார்வதி அக்காவுக்கு துணுக்கென்றுதான் இருந்தது... எப்போதும் சுறுசுறுப்பாய் இருக்கும் ஆச்சி... உடம்பே முடியாவிட்டாலும் எழுந்து முத்தம் தொளிச்சி (தெளித்து) கோலம் போட்டு விட்டு தான் மீண்டும் படுக்கும்...

பார்வதி அக்கா வந்து பார்த்து விட்டு கூச்சல் போடவும் தான் கூட்டம் கூடியது...

கணேசண்ணனால் நம்பவே முடியவில்லை.

"யாராவது நல்லா பாருங்க... எங்கம்மா சாவலாம் மாட்டா"

மேலவீடு வடிவேல் தாத்தா வந்து நாடியே இல்லை என்று சொல்லியும் கணேசண்ணனை சமாதான படுத்த டாக்டரையும் கூப்பிட வேண்டியதாய் போயிற்று.

டாக்டர் வந்து சொன்ன பின் தான் நம்பினான்... உலகமே தன்னை விட்டு போய்விட்டதாய் கதறினான்

"இனி யார் இருக்கா... எல்லாம் போச்சே... போச்சே" என்ற புலம்பினான்

"கூறு இருக்கா இவளுக்கு... இவ பாட்டுக்கு போய்ட்டா... என்னத்துக்கு சாவனும்" என்றே புலம்பி கதறினான்.

பதினாறு நாட்கள் வீட்டில் அவனால் இருக்க முடிய வில்லை. மூன்றாம் நாளே வேலைக்குக் கிளம்பி விட்டான். தானே சமைக்கவும் கற்றுக் கொண்டான்.

கஞ்சி, தோசை, சாதம், ரசம் இயல்பாய் வந்தது. அதையே வழக்கமாக்கி கொண்டான்.

வாரம் ஒரு முறை ஹோட்டலில் சாப்பிடவும் பழகிக் கொண்டான், ருசிக்காக.

"என்ன விஜி, எப்ப ரிசல்ட்டு வருது?"

"இன்னும் ஒரு வாரம் இருக்கு மாமா". துண்டு முடிந்து கொண்டே பதிலளித்தாள் விஜி. லீவு நாட்களில் இது போன்று பார்வதி அக்காவுடன் சேர்ந்து துண்டு முடிவது விஜியின் வழக்கம் "சரி சரி". என்றபடியே சென்றான்.

விஜிக்கு திருநீறு பூசியத்திலிருந்தே சந்தி பிள்ளையார் கோவிலுக்கு தினமும் இரண்டு முறை போக ஆரம்பித்தான்.

"அந்த புள்ளை நல்லா படிக்கும், நல்ல மார்க்க கொடுத்திருப்பா... எம் விதியை அவ கிட்ட காட்டிராத"

போகும்போதும் வரும்போதும் விஜியிடம்,

"என்னைக்கு ரிசல்ட்டு?" என்பான்

"மாமா... இன்னும் நாள் இருக்கு மாமா" என்பாள்.

அந்த நாளும் வந்தது.

"நாளைக்கு ரிசல்ட் வருது மாமா" என்ற விஜியின் பதில் கணேசன்னனுக்கு திகிலை கொடுத்தது.

"அப்படியா? சந்தோசம்... நீ தான் நல்ல மார்க் வாங்குவே"என்ற படியே வீட்டுக்குள் சென்றாலும் மனதுள் பயமே நிறைந்திருந்தது.

என்ன செய்யலாம், நாம பாட்டுக்கு இருந்தோம். இப்படி பயப்பட வேண்டியதா போச்சே என்றே மனதுக்குள் புலம்பிக்கொண்டான்.

பார்வதிக்கா குடும்பமே இந்த புள்ளைய நம்பிலா இருக்கு...

அதுக்கு மட்டும் எதாவது ஆச்சுன்னா... இந்த ஊர்ல இருக்கவே கூடாது,

எங்கயாவது போயிரணும் என்றெல்லாம் நினைத்துக் கொண்டிருந்தான்.

தூக்கமே வரவில்லை, ஒரு வழியாய் எப்படியோ தூங்கினான்.

அதிகாலையில் எழுந்தான். ரிசல்ட்ட பாத்துட்டு வேலைக்கு போனால் என்ன... இல்லனா வேலையே ஓடாதே, குளித்து கிளம்பி வெளியில் வந்ததும்

ரிசல்ட் எத்தனை மணிக்கு? என்றான் விஜியிடம்...

விஜி தண்ணீரை பிடித்து குடத்தில் ஊற்றி கொண்டிருந்தாள்.

தண்ணீர் வீட்டின் உள்ளே வரை வராததால், வெளியே பைப்பை கழட்டி, சிறு நல்லி வைத்து, கீழே சிறு சட்டியில் தண்ணீர் பிடித்து, அதை குடத்தில் ஊற்றி வீட்டுக்குள் கொண்டு போக வேண்டும்.

"3 மணிக்கு மாலைமுரசுல வரும்... மார்க் நாளைக்கு வரும்."

3 மணிக்கு தான் வருமா... அதுவரை என்ன செய்ய... யோசித்தான்... சரி மதியம் சாப்பாட்டுக்கு வருவோம்ல... அப்ப கேட்டுக்கிடலாம்

இலங்கை வானொலியின் பொங்கும் பூம்புனல் -

**"ஒரு தங்க ரத்தத்தில் பொன் மஞ்சள் நிலவு"**

பாடல் ஒலித்துக்கொண்டிருந்தது...

**"செம்மண்ணிலே தண்ணீரை போல் உண்டான சொந்தம் இது**
**சிந்தாமணி ஜோதியை போல் ஒன்றான பந்தம் இது**
**தங்கை அல்ல தங்கை அல்ல தாயானவள்**
**கோடி பாடல் நான் பாட பொருள் ஆனாள்**
**ஒரு தங்க ரதத்தில் பொன்மஞ்சள் நிலவு"**

மதியம் இரண்டு மணிக்கு வந்தவன். சாதத்தில் தண்ணீர் ஊற்றி சாப்பிட்டான். வெளியே கிளம்பினான்... வெயில் கொளுத்தி அள்ளியது

"நான் பேப்பர் வாங்கிட்டு வந்துருதேன் க்கா" என்றான்.

"சரிப்போ" என்றாள் பார்வதி அக்கா...

சந்தி பிள்ளையார் கடை அருகே இருந்த பேப்பர் கடையில் பெரும் கூட்டம். ஒரு மாதிரி மூன்று மணிக்கு பேப்பர் வரவும் அடிதடியாய் கூட்டம் அலை மோதியது.

"எம்ஜிஆர் படத்துக்கு டிக்கட் வாங்குத மாதில்லா இருக்கு..." ஒரு மாதிரி உள்ளே நுழைஞ்சு பேப்பர் வாங்கி விட்டான்.

"ஏ விஜி... இந்தா பேப்பர்"

உற்சாகத்தில் ஓடி வந்து பேப்பர் வாங்கி பார்த்தாள் விஜி.

அவள் நம்பர் இல்லை... மீண்டும் மீண்டும் பார்த்தாள். இல்லை. வசந்தா, சாந்தி நம்பரெல்லாம் இருந்தது.

என்ன செய்வதென்றே தெரியவில்லை. தான் பெயிலாக வாய்ப்பே இல்லை. ஆனால் நம்பர் இல்லையே.

அ... ம்... மா... ... கத்தி அழுதே விட்டாள்... பக்கத்து வீடு வசந்தா, சாந்தியும் வந்து அவர்கள் நம்பர் இருப்பதாய் உறுதி செய்தனர்.

"என்னாச்சு, என்னாச்சு". பதறிக் கொண்டிருந்தான் கணேசண்ணன்.

"அவ நம்பர் மட்டும் இல்லை" - சாந்தி சொன்னாள்

"அது எப்படி இல்லாம போவும்?" பேப்பரை புடுங்கினான். ஆனால் அவனுக்கு பாக்கவும் தெரியாது.

தன் துரதிர்ஷ்டம், அவளையும் புடிச்சுக்கிட்டுச்சோ...

"அன்னைக்கே சொன்னேன்..." கிட்டத்தட்ட அழும்குரலில் சொன்னான்.

“சின்ன புள்ளை வாழ்க்கையே போயிடுச்சே...” சட்டென வீட்டுனுள் சென்று கதவை பூட்டிக் கொண்டான்...

“ஏய்... கதவ தொர” எதிர் வீட்டு மாரிமுத்து, சங்கரன் எல்லோரும் ஓடி வந்தனர்.

“முத்து... ஓட்ட பிரிஞ்சு உள்ள இறங்குய்யா”

முத்து கூரையில் மேல் ஏறி ஓட்டின் மேல் உக்கார்ந்து, ஓட்டை பிரிக்க ஆரம்பித்தான். ராஜுவும் மேல ஏறினான்.

இருவரும் வீட்டின் உள்ளே குதிக்கையில், கயிறு மாட்டி கொண்டிருந்தான் கணேசண்ணன்.

அவசரமாய் அதை எல்லாம் தூக்கி வீசி, கதவைத் திறந்து விட்டு, அவனை திட்டிக் கொண்டிருந்தனர்.

“லூசான்னே நீ... பைத்தியம் மாதி பண்ணிட்டு திரியுதே” - சத்தம் போட்டுக் கொண்டிருந்தான் முத்து.

எல்லாரும் ஆளாளுக்கு ஏதேதோ சொன்னார்கள். அவனுக்கு யாரையும் பார்க்கக் கூட தெம்பில்லை.

விஜி திரும்ப திரும்ப அழுது கொண்டிருந்தாள். தன்னை பார்த்து எழுதும் பிள்ளைகள் கூட பாஸ் ஆகி விட்டனர். பேப்பர் எதையாவது கட்டாமல் விட்டிருப்போமோ, கட்டியது அறுந்து விழுந்து இருந்தால் என என்னென்னமோ யோசித்தாள்.

“அட ஏம்ப்பா... பேப்பர் ல தப்பா கூட போட்டிருப்பான்... நாளைக்கு மார்க்க பாருங்கம்மா, அதுக்குள்ள என்ன அவசரம்? ”நாயகம் மாமா சொல்லி சென்றார்.

மறுநாள் காலையிலேயே அவசரமாய் கிளம்பி சென்றான்...

“ஆகாஷவானி செய்திகள் வாசிப்பது சரோஜ் நாராயண் ஸ்வாமி,

முக்கிய செய்திகள்

தெற்காசிய நாடுகளின் கூட்டமைப்பு சார்பாக”

- எங்கோ ஒரு வீட்டில் ஆகாஷவானி செய்திகள் ஒளிபரப்பாகிக்கொண்டிருந்தது.

நேரே கம்பெனி குடௌன் சென்று டிரைவரை வண்டி எடுக்க சொன்னான்.

“வாடே... கல்லணை ஸ்கூல் வர போய்ட்டு வருவோம்.”

“எதுக்குய்யா” - கிண்டலாய் கேட்டான் டிரைவர். நடந்ததை சொன்னான்.

ஒன்பது மணிக்கெல்லாம் பள்ளியில் காத்துக் கிடந்தார்கள். யாரிடம் எப்படி கேக்க என தெரியவில்லை. பின் தயக்கத்தை உதறி ஒரு டீச்சரிடம் சென்று கேட்டார்கள்.

"விஜி, எங்க பக்கத்துவீட்டு பொண்ணு... நல்லா படிப்பா... மார்க் பாக்கணும் டீச்சர்" - சொல்லும்போதே மனது பிசைய ஆரம்பித்தது

"S. விஜயலட்சுமியா... அவ வரலியா, அவ தான் ஸ்கூல் செகண்ட்... 445 மார்க்."

பாஸ் பண்ணிட்டால்லா என்றான் கணேசண்ணன்

"யென்னே, அந்த புள்ளை ஸ்கூலேயே ரெண்டாவது வந்திருக்கா... நல்ல

மார்க் எடுத்திருக்கா."

"அப்படியா... கணவதி, வண்டிய எடு"

தெருவுக்குள் வண்டி நுழைந்ததும், ஓடும்போதே இறங்கினான் கணேசண்ணன்.

"பார்வதிக்கா... விஜி நல்ல மார்க் எடுத்துருக்கா... அவ ஸ்கூலேயே ரெண்டாவது வந்திருக்கா"

விஜி... பள்ளிக்கு போவதா, வேண்டாமா என யோசித்து கொண்டிருந்தவள் இதைக் கேட்டதும் துள்ளி குதித்தாள்.

"மார்க் எவ்வளவு?"

"போ... போ... போய் ஓம் மார்க்க வாங்கிட்டு வா"

"மார்க் எவ்வளவு"

டிரைவர் கணபதி வந்து 445 எடுத்திருப்பதை சொன்னான்.

"இதுக்கு தான் வேண்டாம்னேன்... ஒரு பொட்டு தூக்கம் இல்ல... சே...

சவத்தை, எங் கெரகம் அவளை புடிச்சு ஆட்டிற கூடாதேன்னு ரொம்ப பயந்துட்டேன் க்கா..."

"இங்க வா, கால்ல விழுட்டி" என்ற படியே திருநீறு பூசாசினான் கணேசண்ணன்.

~

# விருத்தம்

“ஆச்சி, விருத்தம் போடுங்க ஆச்சி.”

“இருய்யா, இந்தா விளுது பாரு விருத்தம்.”

“பனிரெண்டு”

“இந்த பாரு அடுத்த விருத்தம்”

“ஆறு”

குழந்தைகள் கூச்சலிட்டன...

“ஆச்சி இன்னும் போடுங்க, பழம் ஏறிரலாம்”.

“அடுத்தாக்கில வருது பாரு விருத்தம்”

“ரெண்டே.... அவ்வளவு தான் ஆச்சி. முடிஞ்சிச்சி”

“இல்லியே, இது அஞ்சோ, ஆறாவோ லா இருக்கும்”

“ஆமா ஆச்சி, அஞ்சு தான், இவன் பொய் சொல்லுதான்”

ஆச்சிக்கு கண்ணு தெரியாவிட்டாலும் சோழிகள் விழும் சத்தத்தை வைத்து விருத்தம் தான் என கண்டு பிடித்து விடும்

“பொய் சொல்ல கூடாதுப்போ. பொய், திருட்டு, ஏமாத்து இதுலாம் செய்ய வாய்ப்பு வந்தாலும் செய்ய கூடாதுப்போ. அப்படி செயிக்கத விட தோக்கலாம். கேட்டியா”

“சரி ஆச்சி”

“அதானே, ... நல்ல புள்ளலா நீ”

“ஆச்சி இன்னும் ஒரு விருத்தம் போடுங்க ஆச்சி”

“மறுபடி ஆறேய்” - குழந்தைகள் கூச்சலிட்டன

சுந்தர ஆச்சி அப்படித்தான். விருத்தம் என நினைத்து போட்டால் விருத்தமாய் தான் விழும்.

ஆச்சி கை ராசிக்கு எல்லாமே விருத்தம் தானே... விருத்தி தானே என்பார் பால் ஊத்துகிற துரை.

“ஆச்சிக்கு கோவமே வராதாம்மா”

பக்கத்துக்கு வீட்டு பாக்கியக்கா மவன் சீனு கேட்டபோது பாக்கியக்கா தான் சொல்லும்.

“நம்ம ஆச்சி சொல்லுவால, சுந்தர ஆச்சியோட அப்பா பெரிய பணக்காரராம்... ரெட்டை மாட்டு வண்டி, நாலைஞ்சு பசுமாடு, வயல் வரப்புனு நல்லா இருந்தாங்கலாம். ஆச்சி ஒரே புள்ளயாம்... கேக்கனுமா செல்லத்துக்கு. ஆச்சி எங்க போவணும்னாலும் கூண்டுவண்டி தயாரா இருக்குமாம். எப்பவும் பட்டுபாவாடை சட்டை தான் போட்டுருக்குமாம். நகை நட்டுன்னு நிறைய போட்டு, அம்மன் மாதிரிதான் இருக்குமாம்... எல்லாம் ஆச்சியோட ராசி னு சொல்லுவாராம் ஆச்சியோட அப்பா.”

“அந்த தாத்தாவ கல்யாணம் பண்ணுறப்போ ஆச்சிக்கு பதினாலு வயசாம். கல்யாணமே மூணு நாள் நடந்துச்சாம். அப்பவே நூறு சவரன் நகை போட்டு கட்டி கொடுத்தாங்கலாம்”

“அவ்வளவு செழிப்பா வளர்ந்த ஆச்சிக்கு இதுவும் அப்பா கூட பொறந்த தங்கச்சி வீடு தான்”

“மாமியாரும் ஆச்சியா நல்லா பாத்துக்கிட்டாங்க...”

“அப்பல்லாம் ஆச்சிக்கு கண்ணு தெரியுமாம்மா?”

“ஆச்சிக்கு முப்பத்தஞ்சு வயசு இருக்குமாம் ஒரு நா நல்லா புயலும் மழயுமா இருந்துச்சாம். ஆச்சி கறிவேப்பிலை பறிக்க மரத்து பக்கத்துல போயிருக்கு. அப்ப சுவர் இடிஞ்சு விழுந்து அதுக்கப்புறம் தான் கண்ணு தெரியாம போயிருச்சாம். ஏதோ மூளைக்கு போற நரம்பு விட்டுருச்சுனு... முடிஞ்ச அளவு வைத்தியம் பார்த்தாவோ... முடியல. அவ்வளவு சொகத்தை கொடுத்த ஆண்டவன் சட்டுனு முடக்கி வச்சுட்டான்” என்று பெருமூச்செறிந்தாள் பாக்கியக்கா.

“ஆச்சி திருநாறு பூசுங்க ஆச்சி, பத்தாவது பரீட்சை எழுதப் போறேன்” என்று நின்ன பால்கார துரை மகள் செம்பகத்துக்கு,

“மவராசியா இரு... த்தா... நல்லா படிச்சு வேலைக்கு போய் ஜாம்ஜாம்னு இருக்கனும்” என்று வஞ்சகமில்லாமல் வாழ்த்தும்.

பொம்பளபுள்ளைக்கு என்ன படிப்பு என்று பொதுவா யோசிக்கும் ஆச்சிகள் மத்தியில்

"துரை, புள்ளைய நல்லா படிக்க வைப்போ, படிப்பு தான் இனிமே எல்லாம்" என்று உற்சாகமூட்டும்.

சுந்தரஆச்சி வீட்டு தாத்தாவும் கடை வைத்திருந்தார். ஜவுளி மொத்த வியாபாரம்.

"எங்க வீட்டய்யா வியாவாரத்துல ரொம்ப கரெக்ட்டா இருப்பாவோ... நீக்கு போக்கா இருக்க வேண்டிய இடத்துல அப்பிடியும் இருந்துகிடுவாவோ. ஒரு தடவை வந்த வெள்ளத்துல கல்லிடைக்குறிச்சி வியாவா வீட்டுள்ளலாம்தண்ணி, சரக்குலாம் நனைஞ்சுட்டு... அவரு இந்தத்தடவை நீங்க வேற எடத்துல கொள்முதல் பண்ணிக்கோங்க அண்ணாச்சி, என்ன செய்ய, விதினு நொந்து போய் சொன்னப்போ

"அட இரும்யா, நான் வேன் கொண்டு வரேன், சரக்கெல்லாம் ஏத்துங்க, கூடவே கடை பையன்களையும் அனுப்புங்க. நான் அங்க போய் காயவச்சு பேக் பண்ணிகிடுதோம்னு சொல்லி செஞ்சாங்க. யாரையும் நஷ்டபட விடமாட்டாங்க. ஏமாத்த மாட்டாங்க." என்று தாத்தா பத்தி பரவசமாய் சொல்லும்.

"என்ன, பொழுதுக்கும் தாயகட்ட விளையான்டா குடும்பம் உருப்படுமா"

ஆச்சியின் மருமகள் தான். எப்பவும் உச்சஸ்தாயில் தான் கத்துவாள்.

ஆச்சி முகம் சட்டென சுருங்கி விடும். பசங்கள் அத்தனை பேரும் சிதறி ஓடும். இது எப்போதும் நடக்கும் கூத்து தான்.

"ஏம்மா கத்துதே... லீவு நாள் தானே விளையாடுறோம்"

கல்லூரியில் படிக்கும் சாரதா மட்டும் எதிர்ப்பாள். ஆச்சியின் பாசத்துக்குரிய சொந்த பேத்தி.

"நீ எங்க அம்மா லா" என்றே ஆச்சி செல்லம் கொஞ்சும்...

"லீவு நாள்னா தாயகட்ட விளையாடணும்னு இருக்கோ?" - விட மாட்டாள் மருமகள்.

தாயக்கட்ட விளையான்டாலாம் குடும்பம் நல்லாத்தான் இருக்கும். இப்படி சண்டை போட்டுக்கிட்டே இருந்தான் சீரழியும் - சாரதாவும் விட மாட்டாள்.

ஏன் ஆச்சி, தாயக்கட்ட விளையான்டா கெடுதலா - என கொழந்தைகள் கேட்டா ஆச்சி இப்படி தான் சொல்லும்.

“தாயம் பொம்பளையளுக்கு, குழந்தையளுக்கு நெருக்கமான வெளையாட்டுலா... சோவி புடிச்சு போடுறது கைக்கு பயிற்சி, நாம நினைக்கிற என்னத்த விழவைக்கது ஒரு தெறம லா... அது போக விழுந்தத வச்சு எதிரி காய வெட்டுவது, தப்பிச்சு போறது, பழம் ஏறுவதுனு வாழ்க்கைக்கு தேவையான வியூக பயிற்சி லா கிடைக்கும். தோத்தா கோவ படாம இருக்க பழகுவது, அணியா சேர்ந்து பழகுவதுனு இதுலாம் நல்ல பயிற்சி லா.”

“அந்த காலத்து ராசா மாரே விளையாண்டுருக்காங்க. வெறும ஆடினா ஒண்ணுமில்லப்போ, பணம், பொருள் வச்சு விளையான்டா எல்லாமே சூது தான். தப்பு தான். தருமன் அந்த தப்ப தான் செஞ்சான். சரி, துரியன் அவன் மாமனை பகடை உருட்ட சொன்னாம்ல, இந்த கூறு கெட்டவன் அவன் மாமன் கிருஷ்ணன கூப்பிட்டு உருட்ட சொல்லிருக்கணும்ல, அதான் தோத்தான். அதுக்கு வெலாட்ட பழிச்சா எப்படி”

“யேன் ஆச்சி, எங்கேருந்துதா உங்க மருமவள தேடி புடிச்சு கொண்டாந்தியளோ”

ஆளாளுக்கு கேட்கும்போதெல்லாம் ஆச்சி சிரிச்சுக்கிடும்.

“உங்க தாத்தா இருக்காவளே, ஊர் உலகத்துல இல்லாத பெரி... ய குடும்பத்து பொண்ணு னு அவுங்களே போய் பேசி முடிச்சுட்டாவ. அதுக்கப்புறம் என்னத்த சொல்ல. எல்லாம் விதி.”

ஆச்சியின் மருமவளுக்கு தான் பணக்காரி என்பதோடு அழகி என்ற மமதையும் உண்டு. ஆச்சியின் மகனுக்கு மனைவி சொல்லே வேதம்.

இளைமையிலே அதிக பணம் சோம்பேறித்தனத்தையும், தேவையில்லாத சகவாசத்தையும், பகட்டையும் ஆச்சியின் மகனுக்கு கொண்டு வந்து சேர்த்தது. அதில் ஆச்சிக்கு நிறைய வருத்தம். மகனோடு பேசுவதையே கொஞ்சம் கொஞ்சமாக குறைத்துக் கொண்டார்.

அதற்குப்பின் ஆச்சிக்கு சாரதாவும், தெரு மக்களும் தான் வாழ்வை சுமை தெரியாமல் கடத்த உதவினர். சீக்கிரம் அந்த ஆண்டவன் கூப்பிட மாட்டேங்காணே என்று சில நேரங்களில் நொந்து கொள்ளும்.

ஏத்தா, என் கல்யாணம்லாம் பாத்துட்டு தான் போவணும் பாத்துக்கோ  சாரதா கோபித்து சொல்வாள்.

ஹ்ஹஹ்ஹா என சிரித்தபடி ஆச்சி சொல்லும்

“இந்த குருட்டு மட்டை என்னத்த பாக்க”

ஆச்சி காலையிலேயே எழுந்து குளித்து நெத்தி நிறைய விபூதியும் காவி புடவையுமாய் சிவ பழமாய் காட்சி அளிக்கும். சாரதா தான் சாப்பிட கூப்பிடுவாள். பரிமாறுவாள். சாரதா இல்லாத நேரங்களில், மருமகள் சமையல் பண்ணின எல்லாத்தையும் ஆச்சி முன் கொண்டுவைத்து ஒரு தட்டையும் வைத்து விட்டு போய் விடுவாள்.

ஆச்சி எல்லாவற்றையும் பொறுமையாய் தடவி பார்த்து, சோறு, கொழம்பு, கறி என இனம் பிரித்து பின் தனக்கு தானே பரிமாறி சாப்பிடும். சில நேரங்களில் பாக்கியக்கா வந்து பரிமாறும்.

“என்ன ஆச்சி, இரட்டை வட சங்கிலி அந்து தொங்குது” பாக்கியக்கா தான் கண்டுபிடித்து சொன்னது.

“நல்லவேளை த்தா நீ சொன்ன! இல்லனா இப்படியேலா கீழ விழுந்து கிடக்கும்” என்று பதறியபடியே தடவி தடவி சங்கிலியை எடுத்து முந்தானையில் முடிந்து கொண்டது.

“இது கல்யாணம் ஆனா புதுசுல அவ்வோ போட்டது. அப்போ ஒரு கொழும்பு காரர் இந்த சங்கிலிய கொண்டு வந்து கடைல காமிச்சுருக்கார் விக்கத்துக்காவ. நல்ல வேலைப்பாடு இருந்துச்சா, சரினு வாங்கிட்டு வந்து, இந்தா, இத போட்டுக்கன்னாவ. அம்புட்டுதான். அன்னிக்கு போட்டவ கழட்டலியே” - சொல்லும்போது ஆச்சிக்கு சிரிப்பு பொங்கியது.

“ஆச்சிக்கு வெட்கத்தை பாரேன்”

“போ... ட்டி, இவ ஒருத்தி” என இன்னும் வெட்கப்பட்டு

“எங்கம்மாவே கேட்டா, என்னட்டி, நாங்க போட்டத கழட்டிட்டு இத போட்டுருக்கேன்னு”

“அவ்வோ வாங்கி குடுத்ததுலான்னு சொன்னதும், பாரேன் இந்த புள்ளையணு ஒரே கேலி”

சொல்லும்போதே குலுங்கி குலுங்கி சிரித்தது ஆச்சி. அந்த காலத்து கதை பேசும்போது ஒரு புது பரவசம் வந்துவிடும் ஆச்சிக்கு. அதை கேட்பவருக்கும் கடத்தி விடும்.

“அப்போ போட்டது இப்பவரைக்கும் நல்லா உழைக்குதே”

“அந்த காலத்து பொருளே அப்படித்தானே, இதுவும் ரெண்டு தடவ அந்துருக்கு, அவ்வோ கூடவே இருந்து பத்த வச்சு கொண்டு வந்துருவாவோ”

சரி வரேன் ஆச்சி என பாக்கியக்கா கிளம்பியதும் சாரதா கல்லூரியிலுருந்து வரவும் சரியாக இருந்தது.

“அப்பா வந்தா இத பத்த வச்சு வாங்கிட்டு வர சொல்லும்மா” என்றபடியே சாரதாவிடம் சங்கிலியை கொடுத்தது ஆச்சி.

தினமும் சாரதாவிடம் விசாரிக்கும் ஆச்சி.

“ஆசாரி பத்த வச்சு கொடுத்திட்டாராமா?”

சாரதா அதையே தன் அப்பாவிடம் கேட்பாள். ஒரு முறை அப்படி கேட்க போக மருமகள் பிலுபிலுவென பிடித்துகொண்டாள்

“ஊரு உலகத்துல இல்லாத சங்கிலி, ஒன்னறையனா சங்கிலி, ச்சீய், இதுக்கா மனுசனா போட்டு பாடா படுத்துறது, அவுகளுக்கு வேற வேலை இல்லையா”

ஆச்சி கூனிக் குறுகி போனது. யாரும் ஆச்சிக்கு ஆதரவா பேசிடவும் முடியாது, அப்புறம் அவுங்களையும் விட்டு வைக்காது.

சுந்தர ஆச்சி அன்று சாப்பிடாமலே அழுதபடி படுத்து கொண்டது. இந்த சண்டை நடந்த ரெண்டாம் நாள் மகனே வந்து

“இந்தா சங்கிலி” என்று நீட்ட

ஆச்சி வாங்கியது. எங்க பத்த வச்சிருக்கானு பார்ப்பதற்காக சங்கிலியை தடவி தடவி பார்த்தது. முகம் சுருங்கியது...

“எய்யா” என்று நீண்ட நாளுக்கு பின் கூப்பிட்டது ஆச்சி.

“என்ன”

“உனக்கு ஏதும் பணமுடையா யா”

“இல்லியே, ஏம் கேக்க?” அமைதியாய் இருந்த ஆச்சி பின் மெதுவா

“இல்ல, சும்மா தான் கேக்கேன்” என்றது.

பின் “இத அவ கழுத்துலயே போட்டுருய்யா, வயசான காலத்துல நான் போட்டு என்ன செய்ய போறேன்”

மகனுக்கும் மருமகளுக்கும் ஒருபுறம் அதிர்ச்சியாகவும், இன்னொரு புறம் மகிழ்ச்சியாகவும் இருந்தது.

"ஏம்த்தா கீழ படுத்திருக்க, இந்தா பாயில படு" - சாரதா தான்

"அந்த திருநாத்து மரவைய எடு"

சாரதா எடுத்து வந்தாள்.

"மனசுக்கு பிடிச்சவனே கட்டிக்கிட்டு நல்லா இருப்பே, உனக்கு ஒரு குறையும் வராதுத்தா, எங்கம்மா" என உச்சிமுகர்ந்தது. அப்படியே அழுகையும் வந்து விட்டது ஆச்சிக்கு.

"ஏம்த்தா அழுவுதே, எங்க அம்மா பத்தி தெரிஞ்சது தானே"

"அதுக்கில்லத்தா... என்னமோ போ" என்றபடி படுத்து கொண்டது ஆச்சி.

"ஆச்சி சாப்பிடலியா"

"வேணாம் த்தா வயிறு சரியில்ல"

படுத்த ஆச்சி மறுநாள் காலை எழுந்திருக்கவே இல்லை.

என்ன தனியா விட்டுட்டு போய்ட்டியே ஆச்சின்னு சாரதா அழுது புலம்பினாள். சாரதா அழுகை சத்தம் கேட்டுத்தான் பாக்கியக்கா பதறியடித்து வந்துச்சு. பாக்கியக்காவுக்கும் அழுகை வந்துச்சு.

அந்த ரெட்டவட சங்கிலியை ஆச்சி கழுத்துல இப்பாவது போட்டுவிட சொல்லுங்க பாக்கியக்கா என்று கதறினாள் சாரதா.

ஆச்சி மகன் ரெட்டவட சங்கிலியை பாக்கியக்காவிடம் கொடுத்தான்.

வாங்கி ஆச்சி கழுத்தில் போடும்முன் சங்கிலியை பார்த்த இருவரும் ஒருவரை ஒருவர் பார்த்து கொண்டனர். அது ஆச்சி ரெட்டவட சங்கிலியே மாதிரி இருந்த கவரிங் சங்கிலி. அதில் ஒரு இடத்தில மட்டும் பத்த வச்சிருந்தது.

~

# ஸ்கைலாப்

**1979, ஜூலை முதல் நாள்.**

*ஆகாஷவாணி செய்திகள் வாசிப்பது சரோஜ் நாராயண் சாமி.*

*முக்கிய செய்திகள்.*

*அமெரிக்க விண்வெளி ஓடம் ஸ்கைலாப் கட்டுப்பாடுகளை இழந்து விட்டதாக அமெரிக்க விண்வெளி ஆராய்ச்சி நிறுவனமான நாசா தெரிவித்துள்ளது. அதனால் அது வான்வெளியில் இருக்கும் வேறு விண்கலன்களோடு மோதினால் வான்வெளியில் பெரும் விபத்து நேரலாம் என்றும் அஞ்சப்படுகிறது... மேலும் இது குறித்து சோவியத் யூனியன் தன் கவலையை தெரிவித்துள்ளது. பாரதம் இலங்கையுடன் தன் வர்த்தக உறவுகளை வலுப்படுத்திக்கொள்ளும் எனவும் அதன் மூலம் நல்லுறவு மேலும் வலுப்பெறும் என்றும் பாரத பிரதமர் மொரார்ஜி நம்பிக்கை தெரிவித்தார். தெற்காசிய பிராந்தியத்தின் பாதுகாப்பு குறித்து விவாதிக்க தெற்காசிய நாடுகள்...*

“ஏ, அந்த ரேடியா சவுண்ட குறை” - என்ற சங்கரன் காபியை குடித்துக்கொண்டே பேப்பரின் வரவுக்காக காத்திருந்தார்.

“இந்த பேப்பர்காரன் ரொம்பலா லேட்டாக்குதான்” என்ற படியே காபி குடித்து முடிக்கையில் எதிர்வீட்டு வெங்கிட்டு வந்தான். இரண்டு வருடங்களுக்கு முன்பு தான் சேவியர்ஸ் கல்லூரியில் வேதியல் படித்து முடித்து தனியார் நிறுவனத்தில் வேலைக்கு சேர்ந்தும் விட்டான். எனவே அவனுக்கு ஒரு மதிப்புண்டு.

“என்னன்னே நியூசை கேட்டிங்களா... ஹஹ்ஹாஹ்ஹ்”

“என்னப்பா, திடிர்னு ராக்கெட் கட்டுப்பாட்டை இழந்துட்டுனு சொல்லுதான், கீழ விழுமா?...”

“அதெல்லாம் சான்ஸே இல்ல, அக்கோர்டிங் டு ஸ்பேஸ் சயின்ஸ், ராக்கெட் அங்கேயே எரிஞ்சுரும்.”

அதிகாலையில் சொல்லப்பட்ட செய்தி அந்தளவு பரபரப்பாகவில்லை. காரணம் எங்கே விழப்போகிறது என்று இன்னும் கணிக்க முடியவில்லை என்பதால்.

ஊர் வழக்கம் போல மெல்ல சோம்பல் முறித்து தன் கடமையைப் பார்க்க ஆரம்பித்தது.

மீசை சுப்பையா தன் சிவப்பு புல்லட்டை ஸ்டார்ட் செய்து கம்பீரமாய் கிளம்பி போனார். எதிர் வீட்டு ஆறுமுகம் வழக்கம்போல புலம்ப ஆரம்பித்தார்.

“இவரு ஏம்டே அவனுக்குப் போய் வீடு கொடுத்திருக்காரு. வட்டிக்கு விடுதவனுக்குல்லாம் வீடு கொடுத்தா எப்படி? அக்கம் பக்கம் வாழ வேண்டாமா? எதாவது ஒண்ணுன்னா அவன்கிட்டே முண்டிக்கிட்டு நிக்கமுடியுமா” என்ற ஆறுமுகம் புலம்பலை எல்லோரும் ஆமோதித்தனர்.

மீசைக்கார சுப்பையாவிற்கு வீடு கொடுத்தபோது தெருவில் இருக்கும் பலர் அதிருப்தி தெரிவித்தனர். வட்டிக்கு விடுவதுதான் மீசைக்கார சுப்பையாவிற்கு தொழில்.

“மெட்ராஸில இருக்கும் அவரு, வாடகைப்பணம் வந்தா போதும்னு நெனைக்கார் போல, பையனுவ ரெண்டு பெரும் வக்கீலுங்கல்லா” என்றாள் ஆறுமுகம் மனைவி.

அந்த ‘அவரு’ சுப்பிரமணி தான். மெட்ராஸில உத்தியோகம். மகன்களில் ஒருத்தன் டாக்டர். ரெண்டு பேரு வக்கீல்.

சுப்பையாவிடம் யாரும் அதிகம் வைத்து கொள்வதில்லை.

“என்னவே, லேனாமூனா.”

“வாரும் வே ஆனாமூனா”

“கந்தன் கடையில டீ குடிப்போமா”

“ஆமா, இல்லனா பொழுது ஆரம்பிச்சமாதியே இருக்காதே”

லேனாமூனாவும், ஆனாமூனா வும் நெருங்கிய சிநேகிதர்கள்.

“அடேங்கப்பா. அவனுக சிநேகிதம் பெரிய சிநேகிதம்லா. எல்லா தீபாவளிக்கும் மொத ஷோ போய் பார்த்துருவானுவ.

எந்த ஓட்டல்ல எப்போ எது நல்லாருக்கும்னு அத்துப்புடி. திடிர்னு திருச்செந்தூருக்கு நடந்தே போவானுவ, சே, திருந்திட்டானுவ போலேனு பார்த்தா, ஆடி மாச கொடைக்கு எதாவது கோயில்ல ஆடுற கும்பகாரிக்கு பணத்தை ஜாக்கெட்ல குத்திக்கிட்டு ஈ னு இளிச்சுகிட்டு இருப்பானுவ. நல்லவேளை ரெண்டுபேருக்கும் பூர்விகவீடு ஒன்னு இருக்கு. சிறுசு தான். இருந்தாலும் எலி வளையானாலும் தனி வளையாச்சே."

இவர்கள் பற்றி பேச்சு வரும்போதெல்லாம் ஊரில் இப்படித்தான் சொல்லி சிரிப்பார்கள்...

**"வேல் முருகா... வெற்றி வேல் முருகா**
**கந்தனுக்கு வேல் வேல் முருகனுக்கு வேல் வேல்..."**

"குன்றத்தில குமரனுக்கு கொண்ட்டாட்டம்" பாடல் கந்தன் டீ கடையில் ஒலித்துக்கொண்டிருந்தது.

"அடடே..."

"அப்படித்தான்... போடேய்" இருவரும் பாடலுக்கு அபிநயித்தபடியே கடைக்குள் சென்றனர்.

"கந்தா, நல்ல டீயா, நீ குடிக்க மாதி நினைச்சு... ஒன்னு போடுப்பா" - லேனாமூனா.

"ஏய் ரெண்டு" - ஆனாமூனா.

"ஆமா, ... ரெண்டு நல்ல டீ போட்டா கடை எப்படி ஓடும்..." என்று சொல்லிவிட்டு

கெக்க்க்க்கிக் என்று சிரித்தனர்.

நல்லவேளை கடைக்காரருக்கு கேட்கவில்லை இவர்கள் கிண்டல்.

ஜூலை இரண்டாம் நாள்:

("தம்பி, என்னய்யா இரண்டாம் நாள், மூணாம் நாள்னு போட்டுக்கிட்டு, என்னமோ மாதி இருக்குய்யா, ஜூலை 2 னே போடுங்க." - லேனாமூனா.

"சரிங்க"

"எப்படிவே, எல்லாத்துலயும் பூந்து கலக்குதீரு" - ஆனா மூனா.

“ஆமா. என்னதான் நம்ம கதையை எழுதறான்னாலும் சும்மா வுட்டுற முடியாதுல்ல. கண்காணிக்க வேண்டிய பொறுப்பு இருக்குல்லா” - லேனாமூனா)

ஜூலை 2

ஆகாஷவாணி செய்திகள் வாசிப்பது சரோஜ் நாராயண் சாமி.

முக்கிய செய்திகள்.

அமெரிக்க விண்வெளி ஓடம் ஸ்கைலாப் கட்டுப்பாடுகளை இழந்து விட்டதாக அமெரிக்க விண்வெளி ஆராய்ச்சி நிறுவனமான நாசா தெரிவித்துள்ளது ஏற்கனவே அறிந்ததே. அதன் முக்கிய திருப்பமாக. விண்வெளி ஓடம், பூமியை நோக்கித்தான் திரும்பும் என கணிக்க பட்டுள்ளது. விண்வெளியிலேயே விண்வெளி ஓடத்தை செயலிழக்க செய்யும் முயற்சியும் அதை அங்கேயே வெடிக்க வைக்கும் முயற்சியும் வெற்றி பெறவில்லை என நாசா தெரிவித்துள்ளது.

“புரியுதாவே... அமெரிக்கா காரனுக்கு அம்புட்டுதான் மூளை... பாரு, விட்ட ராக்கட்ட ஒழுங்கா விடத் தெரியுதா? ... இதுவே ரஷ்யகாரன சொல்லு, கரெக்ட்டா விடுவான்.”

“அதைவிட ஜப்பான்காரன் நல்லா விடுவான். அவனோட. பேனசோனிக் டேப் ரிகார்ட்டர் என்னம்மா வேலை செய்யுது...”

இப்படி அவரவர்களுக்கு பிடித்த நாடுகளுக்கு ஆதரவையும் எதிர்ப்பையும் தெரிவித்துக்கொண்டனர்

ஜூலை 3

ஆகாஷவாணி செய்திகள் வாசிப்பது சரோஜ் நாராயண் சாமி.

முக்கிய செய்திகள்.

அமெரிக்க விண்வெளி ஓடம் ஸ்கைலாப் பூமியை நோக்கி தான் திரும்பும் என உறுதி படுத்தப்பட்டுள்ளது... அது எந்த பகுதி என்பதை விரைவில் கணித்து அதற்கு ஏற்றார் போல் முன்னேற்பாடுகள் செய்து இழப்புக்கள் தவிர்க்கப்படுமென நாசா உறுதியளித்துள்ளது.

“என்னப்பா வெங்கிட்டு, வானத்திலேயே எரிஞ்சுரும்னு சொன்ன”

“அது, என்னன்னா... அக்கார்டிங் டு கிராவிடி தியரி, எந்த பொருளானாலும், அந்த வட்ட பாதையை விட்டு விலகினா, பூமிக்குதான் வந்தாவனும்.”

எல்லாத்துக்கும் ஒரு காரணம் வச்சுருக்கானப்பா என நினைத்துக்கொண்டார்.

கந்தன் டீ கடையில் டீ குடித்துக்கொண்டிருந்த லேணாமூணா கேட்டார்

“அது எப்படி வே ஒரே குரல்ல மூணு பேரு நியூஸ் வாசிக்கிறாங்க?”

“யாரு”

“அதான் சரோஜ், நாராயண், சாமி”.

சும்மா இருக்காமல் பக்கத்துல இருப்பவர் சொன்னார்

“அது ஒரே ஆள்தான்... ஹாஹாஹா...”

“அடேயப்பா, இம்புட்டு அறிவை வச்சு இங்கன சுத்திகிட்டு திரியுறீங்க? பேசாம டெல்லி போய் ஐ. ஏ. எஸ் எழுதி பிரதமருக்கு ஆலோசகரா போயிடலாமே?”

எல்லோரும் சிரித்தனர்.

“ஏம்யா, சும்மா இருக்காம அவனுககிட்ட வம்பு வச்சுக்கிட்டு” – கந்தன்.

ஜூலை 4

ஆகாஷவாணி செய்திகள் வாசிப்பது சரோஜ் நாராயண் சாமி.

(“தம்பி, கதை பேரு ஆகாஷவாணியா இல்ல சரோஜ் நாராயண் சாமி?’ – லேனாமூனா.

“இல்ல...”

“பின்ன, சும்மா சும்மா அதையே சொல்லிக்கிட்டு இருக்கிய...”

“சரி, லேனாமூனானு வச்சுரவா”.

“ஹெஹெ... நமக்கெல்லாம் அப்பவே பீச்ல சிலை வைக்கேனு சொன்னாவ... அதெல்லாம் வேண்டாம்னு வந்துட்டோம்... யார்ட்ட”

ஆனாமூனா புர்ர்ர்க் ஹஹ்ஹஹ்ஹா வென சிரித்தார்.

இவங்க ஓட்டினதுல மறந்துட்டோம். ஆகாஷவாணி செய்திகள் கேட்டுட்டு இருந்தோம்.

முக்கிய செய்திகள்.

அமெரிக்க விண்வெளி ஓடம் ஸ்கைலாப் பூமியை நோக்கி தான் திரும்பும் என உறுதி படுத்தப்பட்டுள்ளது ஏற்கனவே அறிந்ததே. அதன் முக்கிய திருப்பமாக. விண்வெளி ஓடம் பூமியில் தென் தமிழகம் நோக்கித்தான் வரும் என்று கணிக்கப்படுகிறது. இந்திய அரசு இது குறித்து கவலை தெரிவிப்பதாகவும், தொடர்ந்து அமெரிக்க அரசுடன் தொடர்பு கொண்டு ஆலோசிப்பதாகவும், மக்கள் பீதியடைய தேவையில்லை என்றும் தெரிவிக்கப்படுகிறது.

அவ்வளவுதான்... ஊரே அல்லோகல பட ஆரம்பிச்சுது.

“வே, சங்கரா கேட்டிரா செய்திய, என்ன, தலையில குண்ட தூக்கி போடுதானுவ?”

“சித்தப்பா, கவலைப்படவேணாம்னு அரசாங்கம் சொல்லிருக்கே, பாப்போம்”

“சரிய்யா” என சொன்னாலும் ஊரில் கூடிகூடி மக்கள் பேசுவது அதிகமானது.

மதியம் செய்தி அறிக்கைகளிலும் ஸ்கைலாப் தொடர்ந்து தென் தமிழகம் நோக்கி வந்து கொண்டிருப்பதாக சொன்னார்கள்.

வெங்கிட்டின் அடுத்தவீட்டு தாத்தா மேலே பார்த்து கொண்டிருந்தார்.

“என்ன பெரியய்யா? என்ன பாக்குறீங்க?”

“இப்பதான் ரேடியோல சொல்லிக்கிட்டு இருக்கான்? கேக்கலியா நீ? எதோ ஒன்னு பூமிய பாத்து வந்துக்கிட்டுருக்காம? அதுவும் தென் தமிழகம்னா நம்ம ஊருதான? அதான் கண்ணுல தென்படுதான்னு பாத்தேன்”

“ஹஹஹஹஹ்ஹ் இப்பலாம் கண்ணுக்கு தெரியாது. அது கண்ணுக்கு தெரிஞ்சுச்சுனா அடுத்த செகண்ட் நம்ம மேல வுழுந்துரும், அவ்ளோ ஸ்பீடு”

“என்னய்யா சொல்லுதே, நம்ம தென்காசி எல். எஸ். எஸ் பஸ்சு போவானே, காட்டுத்தனமாலா போவான், அந்த வேகம் இருக்குமா?”

“ஹஹ்ஹஹ்ஹ அதுலாம் ஒரு வேகமா. அவன்லாம் எழுவத தாண்ட மாட்டான். ராக்கெட்லாம் ஆயிரம், ரெண்டாயிரம் கிலோமீட்டர் ஸ்பீடுல போவும்” என்றான் வெங்கிட்.

வேறொரு வீட்டில்...

“ம்ம்ம்ம் அம்... ம்ம்ம்... மா... நான் ஸ்கூலுக்கு போவ மாட்டேன்”

“ஏம்ல”

“ராக்கெட் மேல வுழுந்துரும்”

“இங்க வீட்டுல இருந்தா மட்டும் ஒன்னும் வுழாதோ”

“ஏ விடு, இவ ஒருத்தி... நீ போவான்டாம் ராசா, அவ கிடக்கா” - ஆச்சிகள், தாத்தாக்கள் அரவணைப்பில் பேரன்பேத்திகள் பள்ளிக்கூடத்துக்கு லீவு எடுத்துக் கொண்டனர். ஆனா என்னவோ தெருவிலேயே தான் விளையாண்டு கொண்டிருந்தனர்.

உலகமே ஒரு விதமாய் பதட்டத்தில் இருந்தபோது, லேனாமுனா வேறு விதமாய் சிந்தித்தார்.

“வே... ஆனா மூனா பேசாம நாம டூர் போனா என்னவே?”

“எதுக்கு”

“அதான், ராக்கட் விழுங்காணுவல்லா... எப்படியும் நம்ம ஊர் அழிஞ்சு போவும்... அப்புறம் நாம மட்டும் எப்படி தப்பிக்க, பேசாம ஜாலியா ஊர் சுத்தி பார்த்து எல்லா சுகத்தையும் அனுவச்சிட்டு நிம்மதியா போவோம். ஒருவேளை நாம வருதங்குள்ள ராக்கெட் விழுந்துருச்சுனு வையும், நாம தப்பிச்சோம்.”

“வே, உம்மை அடிச்சிக்க உலவத்துல எவனும் இல்ல”

“இத யார்ட்டயும் சொல்லப்படாது... ரகசியமா வச்சுக்கணும்”

“சரி லேனாமுனா, பணத்துக்கு என்ன செய்ய”

“அங்க தான் வே மூளைய வேலை செய்யவுடனும்”

“சரி ரெண்டு பெரும் எதுக்கு வேலை செய்ய வுட்டுட்டு. தேஞ்சுலா போவும், நீரே சொல்லும்”

லேனாமூனா திட்டத்தை சொல்ல ஆரம்பித்தார்.

“வே சான்ஸ்சே இல்லவே! பிரமாதம் போம்”

ஜூலை 5

பத்திரிகைகள் ஸ்கைலாப் விழுந்தால் பல கிலோமீட்டர் தூரத்திற்கு பலத்த சேதத்தை ஏற்படுத்தும் என்றும் அதற்கு பின் புல்பூண்டு கூட அங்கு முளைக்காது என்றும் விலாவரியாக தெரிவித்தன. சில பத்திரிகைகள் செய்தி என்ற போர்வையில் பீதியை இன்னும் அதிகப்படுத்தின. பத்திரிகைகள் விற்பனை பெருகிற்று. வானொலிச்செய்தி கேட்காதவர்கள் கூட கேட்க ஆரம்பித்தனர்.

மாவட்ட நிர்வாகம் பள்ளி கல்லூரிகளுக்கு விடுமுறை அறிவிக்கலாமா என ஆலோசித்ததது.

லேனாமூனாவும் ஆனாமூனாவும் மீசை சுப்பையா வீட்டுக்குள் சென்றனர் பயந்த படியே...

பெரிய கருப்பு நாயொன்று பயங்கரமாய் கத்திக்கொண்டிருந்தது.

“வே... இது பேரு என்னவே” - ஆனாமூனா.

“எதுக்கு” - லேனாமூனா.

“பேர் சொல்லி கூப்டா அமைதியா போயிடும்ல”

“சின்ன சுப்பையானு கூப்பிடு”

“ஹ்ஹஹ்ஹ”

இருவரும் சிரித்துக்கொண்டனர்.

“அண்ணாச்சி... அண்ணாச்சி”

மீசை சுப்பையா வந்தார்.

“வாங்க வாங்க என்ன விஷயம்?” சிரித்தபடியே வரவேற்றார்

எப்போதும் பணம் வாங்க வருபவர்களிடம் ரொம்ப சினேகமாக தான் பேசுவார்.

“ஒண்ணுமில்ல, நாலு தறி வாங்கி போட்டு வியாபாரம் பண்ணலாம்னு பாக்கோம். அதுக்கு முதலீடு தான்... பணம் கொஞ்சம் குறையுது... நீங்க குடுத்தீங்கன்னா அடுத்த வருஷம் இதே நாளுக்குள்ள திரும்ப குடுத்திருவோம்”

“ஹஹ்ஹா, இதுக்கா இம்புட்டு தயங்கினீங்க, சரியாப்போச்சு போங்க. எவ்வளவு வேணும்னு சொல்லுங்க”

“ஆளுக்கு ஆயிரம் வேணும்”

“சரி, சாயங்காலம் வந்துருங்க, பணம் ரெடியா இருக்கும். வட்டி கரெக்ட்டா கொடுத்துரனும்”

“அதெல்லாம் கரெக்ட்டா கொடுத்துருவோம்”

“தங்கமான மனுசனாளான்னே இருக்கீங்க. உங்கள போய் இந்த கேடுகெட்ட ஊரு மோசமா பேசுதேன்னே” - ஆனாமூனா நெஞ்சுருகினார்.

இருவரும் வெளியே வந்தனர்... தெரு தாண்டும்வரை அமைதியாக சென்றனர். தாண்டியவுடன்

“ஹ்ஹஹ்ஹாஹ்ஹா... ஓஓஓஒஹ்ஹஹ்ஹ்ஹஹ”

அடக்கி வைத்திருந்த அத்தனைச் சிரிப்பையையும் கொட்டினர்,

“ஆனாமூனா அப்படியே கர்ணன் சிவாஜி கணக்கால்லா நடிச்சீரு” - லேனாமூனா.

“வட்டியை கொடுக்கணுமாம்... யார்ட்ட, அசலே நீ வாங்கப்போறதில்லடி... யோ” - இருவரும் சிரித்துகொண்டே சொன்னார்கள்.

ஜூலை 7

மாவட்ட நிர்வாகம் பள்ளி கல்லூரிகளுக்கு விடுமுறை அறிவித்ததது.

“ஏல, என்னல கைல கட்டிருக்கே”

“இது எங்காச்சி கட்டி விட்டது, அம்மன் கோயில்ல மந்திரிச்சி கட்டினதாம். ராக்கெட்டே வந்தாலும் ஒன்னும் செய்யாதாம்”

இன்னொரு வீட்டில்

“அம்மா, நான் உன் பக்கத்துலதான் படுப்பேன்”

“ஏம் டீ, எப்பவும் வராண்டால ஆச்சி தாத்தா பக்கத்துலதான படுப்பே, இன்னிக்கு என்ன புதுசா”

“போம்மா, ஸ்கைலாப் வராண்டால விழுந்துச்சுனா, எம்மேல லா விழும்”

“அட யென் புத்திசாலியே... வராண்டாவுல விழும்... ஆனா வீட்டுக்கு ஒன்னும் ஆவாது...”

இன்னொரு குரூப் லேனா மூனாவுக்கு அடுத்தபடியாக யோசிக்க ஆரம்பித்தது.

“எய்யா, நல்ல கறி எடுத்து கறி கொழம்பு வச்சு சாப்பிட்டு நிம்மதியா போய் சேருவோமாயா”

“புது துணி எடுத்து போடுவோம்யா”

“அதுக்கு பணத்துக்கு எங்க போவ”

“முருகன் கடை ஆரம்பிச்சுருக்காம்ல, மாத தவணைல கேப்போம்... அடுத்தமாசம் இருந்தா கொடுப்போம்.”

முருகன் சந்தோஷத்தில் பூரித்தார். திடிர்னு இத்தனை பேரு ஜவுளி எடுக்க வாரங்களேனு.

“எனக்கு ரெண்டு சேலை... சின்னவனுக்கும், பெரியவனுக்கும் ரெண்டு சட்டை டிராயர் துணி, அவ்வோளுக்கு ஒரு வேட்டி, சட்டை”

குடும்பத்துக்கு ஒரு கார்டு கொடுக்கப்பட்டது. மாத தவணை காட்டியதும் அதில் வரவு வைக்கப்படும். இருபது குடும்பங்கள் வந்து, வாங்கி, போட்டு, உண்டு, உறங்கி குதூகலித்தன. ஒரு மினி தீபாவளியே கொண்டாடினர்.

லேனாமூனாவும் ஆனாமூனாவும் குடும்பத்தோடு ஊருக்கு கிளம்பினார்.

“எங்கவே போப்போறோம்” - ஆனாமூனா.

“முதல்ல பஸ் ஸ்டாண்ட்... அங்கிருந்து மதுரை...” - லேனாமூனா.

“அங்க தான் என் கொளுந்தியா இருக்கா... அவ வீட்டுக்கு போய் தங்கிடுவோமா”

“போவே... போய் ஓட்டல்ல தங்குதோம்... அப்படியே கார் எடுத்துட்டு சினிமா போறோம், விதவிதமா சாப்பிடுதோம், ஊர் சுத்துதோம், நல்லா அனுபவிக்கோம்”

ஜூலை 9

பரபரப்பும் பயமும் உச்சத்தை அடைந்தது. எல்லோரும் கொஞ்சம் வீட்டோடு இருக்க ஆரம்பித்தனர். போனாலும் ஒண்ணா போவோமே என்றெல்லாம் யோசிக்க ஆரம்பித்தனர்.

கட்டமுத்து பிள்ளையாரிடம் வேண்டினான்

“நான் பத்து பைசா உண்டியல்ல போட்டுருக்கேன் புள்ளையாரே,

“என்ன காப்பாத்திடு,”

அப்புறம் எங்க வீட்டில உள்ள எல்லாத்தையும்,

"அப்புறம் என் ப்ரெண்டுமாரையும் காப்பாத்திரு,"

"அப்புறம் அவங்க மட்டும்னா அழுதுட்டே இருப்பானுவ, அவங்க குடும்பத்தையும் காப்பாத்திரு..."

"இப்ப ஸ்கூல் லீவுதான். வேணும்னா ஸ்கூல்மேல ராக்கட் விழட்டும்,. ஸ்கூலை தவிர வேற எதுக்கும் எதுவும் ஆவகூடாது சாமி"

ஜூலை 10

"ஹாஹ... வாழ்க்கைன்னா இப்படில்லையா இருக்கணும்..."

"அந்த கடைல என்னமா இருந்துச்சு கொத்துக்கறி பரோட்டா"

"அதுவும் ஓட்டல்ல மெத்தைல படுக்க சுகமே தனி... லா"

**"இன்பமே... ... உந்தன் பேர் பெண்மையோ..."**

லேனாமூனாவும் ஆனாமூனாவும் பாடிக்கொண்டனர்.

அமெரிக்காவில் ஸ்கைலாப் இன்சூரன்ஸ் அறிவிக்கப்பட்டன. அதாவது யார் மேலாவது ஸ்கைலாப் விழுந்து எதாவது ஆனால் பெருந்தொகை அளிக்கப்படும்.

**ஜூலை 11**

"ஆகாஷவாணி, சிறப்புச்செய்திகள், வாசிப்பது, சரோஜ் நாராயண் சாமி. இன்று ஸ்கைலாப் வெற்றிகரமாக இந்திய பெருங்கடலில் விழுந்தது. உயிர்சேதமோ, பொருட் சேதமோ இல்லை என்று அரசு வட்டாரங்கள் தெரிவிக்கின்றன. பூகோளத்துக்கு வந்த பெரும் ஆபத்து தவிர்க்க பட்டதென பிரதமரும், நாசா உள்ளிட்ட விஞ்ஞான ஆராய்ச்சி நிறுவங்களும் மகிழ்ச்சி தெரிவித்தனர்."

ஊரெங்கும் மகிழ்ச்சியும் நிம்மதியும் பரவின.

"இனிமே நான் தாத்தா ஆச்சி கூடவே படுத்து கிடுவேன்"

"இவ்ளோ நாள் ஸ்கூலுக்கு மட்டம் போட்டு கழுதை மேச்சாச்சு, போங்கல ஸ்கூலுக்கு."

எல்லா வீட்டிலும் இதே அதட்டலாய் இருந்தது.

"சே... ஸ்கைலாப் விழுந்துருக்கலாம்டா" - கட்டமுத்து.

லேனாமூனாவும், ஆனாமூனாவும் திரும்ப வந்தனர். திக்கென்றிருந்தது.

“என்னவே... ஒன்னும் ஆவல...”

மறுநாள் மீசை சுப்பையாவே இவர்கள் வீடு தேடி வந்ததாகவும் இரண்டாயிரம் ரூபாய்க்கு ஈடாக லேனாமூனா வீட்டை சுப்பையா பேருக்கு கிரயம் பண்ணிகொண்டதாகவும் ஆனாமூனா சிறுகச்சிறுக ஆயிரம் ரூபாயை லேனாமூனாக்கு கொடுக்க வேண்டுமெனவும் முடிவானதாய் பேசி கொண்டார்கள். தவணைக்கு துணிகள் அள்ளி கொடுத்த முருகன் தவணை கேட்டு அலைந்தே கடையை மூடினார்.

“என்னா லேனாமூனா இப்படி ஆயி போச்சே...” “என்னா நொன்னா நொப்படி ஆயிப்போச்சு? ... ஒருவாரம் உண்ணாம, திங்காம, எப்ப ராக்கெட் தலமேல விழும்னு செத்துக்கிட்டுலாவே இருந்தியோ, வாய்க்காப்பாலம் தாண்டி போயிருக்கேராவே, நாங்க சொர்க்கத்துல நீந்திக்கிட்டுலா வந்தோம்... அது போக அந்த வீடு ராசியே கிடையாது... நானா இருந்ததால அத்தனையும் சமாளிச்சேன். மீசை சுப்பையா என்ன பாடு படப்போறான் பாரு”

அடுத்த வாரம் மீசை சுப்பையா எதோ ஒரு வழக்கிற்காக கைது செய்யப் பட்டார். அதான் லேனாமூனா.

~

# மௌன வீணை...

**"எ**ன்ன சொல்லுதாவோ தாத்தா?" ஆச்சியிடம் கேட்டான் ராமலிங்கம்.

தாத்தாக்கு வாய் பேச வராது... பெரும்பாலான நேரங்களில் தாத்தா சைகையாலோ, அல்லது கையில் விரலாலோ எழுதியோ காமிப்பார். தாத்தா நெடுநெடுவென இருந்தாலும் உறுதியான தேகம். வெள்ளை வெளேர் என முடி, ஏறிய நெற்றி, நெற்றி முழுவதும் திருநீறு, முழங்கால் வரை நீளும் வெள்ளை ஜிப்பா, வெள்ளை வேட்டி, தோல் செருப்பு... இது தான் தாத்தா.

எழுபத்தைந்து வயதைத் தாண்டியும் இப்போதும் கடையில் கணக்கு எழுதி வருவார். அதற்கான சம்பளத்தில் ஒருபகுதி ஆச்சியின் வைத்திய செலவுக்குப் போய் விடும். ஆச்சிக்கு வயிற்றில் ஏதோ கோளாறு. சாப்பிட்ட உடனே சிறிது வாந்தி எடுத்து விடுவார். குடல் கெட்டு போய்ட்டுனு டாக்டர் சொன்னதாக சொல்லுவார்

"ஏ அய்யா, அந்த சுரண்டை பொண்ணு முடிஞ்சிட்டானு கேக்காவோ தாத்தா"

"முடிஞ்ச மாதிரி தான் தாத்தா" என்றான் ராமலிங்கம் சிறிது வெட்கத்துடன்.

தாத்தா நல்லா இரு என்பது போல் சைகையில் வாழ்த்தினார்.

"அந்த திருநீறு மறைவை எடுப்போ" என்றது ஆச்சி. அவன் எடுத்து வந்ததும்

"எல்லாம் நல்லபடியா முடியனும்" என்ற படியே ஆச்சி எழுந்து உக்காந்து திருநீறு பூசியது

"நீங்களும் பூசுங்க" என்றது. தாத்தா வேண்டாமென மறுத்தார்.

தாத்தா அப்படித்தான். எல்லாவற்றிலும் ஒதுங்கியே இருப்பார். ஒரு துறவி போல. ஆச்சிக்கும் சேர்த்து அவரே கஞ்சி காய்ச்சி விடுவார். பெரும்பாலான நேரங்களில் கஞ்சி, தயிர் சாதம் தான். அக்கம்பக்கத்தில் உள்ளவர்கள் ஏதேனும் விசேஷமாக சமைத்தால் கொண்டு வந்து கொடுப்பார்கள். தாத்தாக்குப் பிடித்த ஒரே விஷயம் பழைய பாடல்கள் கேட்பதும் பார்ப்பதும் தான்.

**“சம்சாரம் என்பது வீணை**
**சந்தோஷம் என்பது ராகம்**
**சலனங்கள் அதில் இல்லை**
**மனம் குணம் ஒன்றான முல்லை”**

ரேடியோவில் பாடல் ஒலித்து கொண்டிருந்தது.

“பூசுங்க” ஆச்சியின் கண் லேசாக கலங்கியது. பின் மடமடவென திருநீறு மரவையை வாங்கி தாத்தா பூசினார். ஆச்சியின் முகத்தில் சொல்லமுடியாத ஒரு பொலிவும் துக்கமும் சேர்ந்தார் போல தெரிந்தது. எவ்வளவு ‘லவ்வபில் கப்பிள்ஸ்’ என நினைத்துக் கொண்டான். தானும் அப்படி தான் வாழனும் எனவும் நினைத்துக் கொண்டான்.

ஆச்சியும் தாத்தாவும் இந்த ஊர் வந்து இருபத்து ஐந்து வருடங்களுக்கு மேல் இருக்கும் என்று ராமலிங்கம் கேட்டபோது அம்மா சொல்லியிருக்கிறாள். அவர்களுக்கு என்று சொந்த பந்தங்கள் இல்லை எனவும் சொல்லியிருக்கிறாள். ஆனாலும் தெருவே தாத்தா ஆச்சி மீது பாசமாயிருக்கும். தாத்தா ஆச்சியும் அப்படியே.

ஆச்சிக்கு அதிகம் நடமாட முடியாது. தாத்தாவே மெதுவாக கக்கூஸுக்கு கூட்டி சென்று விடுவார். தாத்தா இல்லாத நேரங்களில் அக்கம்பக்கத்து பெண்கள் துணைக்கு பேச்சு கொடுத்த படியே தார் திரிப்பார்கள். அவர்கள் ஆச்சியை பார்த்துக் கொள்வார்கள்.

ராட்டையில் நூல் திரிப்பதை தான் தார் என்று சொல்கிறார்கள். ஒரு நாள் முழுவதும் சுற்றினால் பத்து ரூபாய் கிடைக்கும். எண்பதுகளில் பத்து ரூபாய் என்பது ஒருநாள் குடும்ப செலவுக்கு போதும் தான். ஆச்சியும் சில நேரங்களில் மெதுவாய் நூல் நிற்கும்.

ஆச்சியை சுப்பா ராவ் டாக்ட்டரிடம் வண்டி வைத்து இரண்டு மாதம் ஒரு முறை கூட்டிச் சென்று மருந்து மாத்திரை

வாங்கி கொடுப்பார் தாத்தா. மேல வீட்டுக் கனகா தான் துணைக்கு போகும்.

"ஆச்சி, இன்னிக்கு என்ன சமைச்சியோ" என்ற படியே வந்து அடுக்களைக்கு சென்று பார்த்துவிட்டு அதை ஆச்சிக்கு பரிமாறுவாள் கனகா. வெள்ளேந்தியானவள். துடுக்கானவளும் கூட. முனுக் கென்று கோபம் வந்து விடும்.

கனகாவின் கணவன் வைரம் ஒரு ஜவுளிக்கடையில் வேலை பார்ப்பவன். எந்த கெட்ட குணமும் இல்லாதவன்.

"அவ்வோ ஜவுளிக்கடைல வேல பாக்காவோ ஆச்சி, நல்ல டைப் தான். ஆனா கோவம் மட்டும் முணுக்முணுக் குன்னு வந்துரும், வந்துதுன்னா இன்னதுன்னு இல்ல... என்னவேனாலும் பேசிப் புடுவாவ... அதான் சிறையா இருக்கு இவ்வோட்ட..." இப்படி தான் வைரம் பற்றி கனகா சொல்லுவாள்.

வைரம் எப்போது தாத்தா ஆச்சியை பார்த்தாலும்

"நல்லாருக்கேளா, என்ன வேணும்னாலும் கூச்சப் படாம கேளுங்க, ஒருத்தருக்கு ஒருத்தர் ஒத்தாசை தானே" என்பான்

"நல்லாருக்கம்போ... இப்ப தான் கடைய விட்டு வரியா" என ஆச்சி பதில் சொல்லும். தாத்தா சிரித்துக் கொள்வார்.

வைரம் போன கொஞ்ச நேரத்துக்கெல்லாம் சத்தம் கேட்க ஆரம்பித்தது. இவன் கத்தி பேசுவதும், கனகா பதிலுக்குக் கத்துவதுமாக இருந்தது.

"என்ன மூதியோ, இந்த சின்ன வயசுல இப்படி சண்டை போட்டுக்கிட்டு கெடக்குவோ" என ஆச்சி சொன்னது. தாத்தா படுப்பதற்கு படுக்கையை விரித்தார்

கனகாவின் இரண்டாவது குழந்தை அழுகுரல் கேட்டது.

அய்யயோ, என்ன தான் ஆச்சு? என ஆச்சி பதறி கொண்டிருக்க...

சிறிது நேரத்தில் கனகா குழந்தையை தூக்கி கொண்டு ஆச்சி வீட்டுக்குள் வந்தாள் அழுது கொண்டே.

என்ன தான் ஆச்சு? இப்படி சண்டை போட்டுக்கிட்டு என ஆச்சி கேட்டதும்

"எங்க மயினி வளைகாப்புக்கு எங்க அண்ணன் இங்க இருந்துகிட்டு, இவுக ல டவுன்ல பாத்த எடத்துல கூப்டுருக்காரு. அது கோவம் இவ்வோளுக்கு, நாம இல்லாத

பட்டவங்கன்னுதானே நேர்ல வந்து கூப்புடல, அப்டி பட்டவங்க வீட்டு விசேஷத்துக்கு ஏம் போனும்னு நிக்கேனு கத்துதாவோ... ஏம் அவ்வோ வீட்டு விஷேசம்னா சும்மா இருப்பாவோலா? போவாவல்லா அப்ப நா மட்டும் போக்கத்த சிறுக்கியா"

என்று அழுது கொண்டே சொல்லி கொண்டிருக்கையில் வைரமும் வந்து விட்டான். தாத்தா படுக்கையிலிருந்து எழுந்தார்.

"என்ன ஆச்சி சொல்லிட்டு இருக்கா, இல்லாததும் பொல்லாததும் சொல்லிட்டு இருக்கியா"

என்று கத்தினான் வைரம்.

"ஆமா... இல்லாததும் பொல்லாததும் சொல்லுதாவோ" - கனகா.

"ஆமாட்டி, உங்க வளக்கமே அது தானே, ஆச்சி, அவன் ரோட்டில பாத்துட்டு வளைகாப்புக்கு வந்துருங்கனுட்டு போறான்... அங்க எதுக்கு போனும்கேன்? இந்த கூறுகெட்ட மூதி போனும்னுட்டு நிக்கா... அங்க யார் இவளை ஆரத்தி எடுத்து வரவேக்க போறா..."

"யேன், உங்க அக்கா வீட்டு கிரக ப்ரவேசத்துக்கு கோயில்ல பாத்த எடத்துலதானே கூப்டாவோ... அதுக்கு மட்டும் போனோம்லா." என்றாள் கனகா

"எட்டி மிதிச்சேன்னா பாத்துக்கோ, அதுவும் இதுவும் ஒண்ணாட்டி? அங்க நா தாந்து தான் போனும், ஆச்சி, அங்க தான் தாந்து போறேன் இங்கயும் தாந்து போணும்னா எப்படி ஆச்சி?

தாத்தா தரையை பார்த்துக் கொண்டே பெருமூச்சு விட்டார்.

"சை... ஆச்சி, யேந்தான் கல்யாணம் பன்னினோம்னு இருக்கு ஆச்சி இந்த சனியனை" என்று கத்தினான் வைரம்.

"எப்போ, அப்படிலாம் சொல்லாதப்போ" என்று ஆச்சி சொல்லிக்கொண்டிருக்கையிலேயே

"இவருக்கு மட்டும் அப்டியே ரம்பையும், ஊர்வசியும் வந்து நின்னாவோ கல்யாணம் முடிக்க"

ஆறு வயதான பெரிய புள்ளை மலங்க மலங்க விழித்துக்கொண்டிருந்தது. கைக்குழந்தை அழுது கொண்டே இருந்தது.

தாத்தா சைகையால் எதோ சொன்னார்

“சண்டை சச்சரவில்லாம இருங்கடேங்காவோ, எய்யா, நீ தான் செத்த விட்டு கொடுத்து போய்யா”

“என்னத்துக்கு ஆச்சி நா விட்டு கொடுத்து போவணும்? போனது வரைக்கும் போட்டும், இனிமேலும் முடியாது...” என்று வைரம் முடிக்குமுன்

“ஆச்சி நா அவ்வோல கூப்டல. கூப்பிட்ட, மறுவாதைக்கு நா மட்டும் போய்ட்டு வரேன்னு சொல்லுதேன். என்னையும் போக்கூடாதுன்னா என்ன அர்த்தம்?” என்றாள் கனகா.

“போக்கூடாதுன்னா போக்கூடாதுதான்... போனான்னா அதோட எல்லாம் முடிஞ்சுது”

“ச்சீய்... நா எங்கயும் போலய்யா... போல... இங்கயே மருந்தை குடிச்சி செத்துப் போறேன்... அப்பவாது நிம்மதியா இருப்பியா?” என்று கனகா அழ

“என்ன வார்த்தை பேசுத... வாய்ல நல்ல வார்த்தையே வராதா?” என்றார் தாத்தா.

“நல்ல கேளுங்க தாத்தா” என்று சொன்னபின் வைரமும் கனகாவும் அதிர்ச்சியுடன் தாத்தாவை பார்க்க, ஆச்சியோ நம்ப முடியாத ஆச்சர்யத்தோடு தாத்தாவை பார்த்தது

“எய்யா... எய்யா” என்றபடியே ஆச்சி எழப் பார்த்தது. தாத்தா அங்கேயே உக்காரும்படி சைகை காட்டினார்.

“தாத்தா பேசுதாவோ ஆச்சி...” என்று கிட்டதட்ட கத்தினாள் கனகா.

“பேசிக்கிட்டு இருந்தவோ தானே” என்றது ஆச்சி.

“ஆமா... தேள் கொட்டுன மாதி...” என்ற தாத்தா வெறித்தபடி இருந்தார்... கனகாவின் கை குழந்தை லேசாக சிணுங்கியது. கனகா தோளில் குழந்தையை போட்ட படி தாத்தாவையே பார்த்துக் கொண்டிருந்தாள்

“யாகாவாராயினும் நா காக்க... எவனாயிருந்தாலும் வார்த்தையை அளந்து பேசனும்னுலா சொல்லிட்டு போயிருக்கான் ... ஆயுசுக்கு பேச வேண்டியதெல்லாம் பேசி முடிச்சுட்டேனே

அதான் நிப்பாட்டிட்டேன்... போதும்... இந்த வாய்க்கு பேச தகுதி இல்லனு நிப்பாட்டிட்டேன்”

என்று தாத்தா சொல்லவும் ஆச்சி நெகிழ்ந்தது

“எய்யா... அப்படிலாம் இல்லையா... நா கிறுக்கச்சி தெரியாம பண்ணிட்டன்யா” என்று ஆச்சி அழ ஆரம்பித்தது.

“எங்களுக்கு ஒரு பிள்ளை இருந்தான். ஒரே புள்ளை. அம்மா செல்லம் ஜாஸ்தி... வயசு பருவத்துல அடங்கா காளையா திரிஞ்சான். எப்பவும் குடி... குடிச்சுட்டு சண்டை எவண்டயாவ்து போட்டுக்கிட்டு... இல்ல வூட்ல வந்து கத்தி கிட்டு” - தொண்டையை அடைத்தது அவருக்கு... கனைத்துக் கொண்டார்

“எவ்வளவு சண்டை அவனால, எங்க ரெண்டு பேருக்கும்.” தரையைப் பார்த்துக் கொண்டே சொன்னவர் மெதுவாக எழுந்து ஆச்சியின் கட்டிலில் ஓரமாய் அமர்ந்தார்.

“ஒரு நா கோவத்துல சொல்லிட்டேன் இவட்ட... இன்னிக்கு ராவுல அவன் தூங்குறப்போ திராவகத்தை ஊத்தி சாவடிச்சுருதேன் பாருன்னு, இது ஒரு பயந்தாரி... ரொம்ப எதுத்து பேச மாட்டா. டவுனுக்கு போறப்போ திராவம் வாங்கிட்டு வாங்கனு பக்கத்துக்கு வீட்டு சந்தானம் சொல்லிருந்தான், பித்தளை பட்டறைல ஈயம் பூச. அத காட்டி தான் இவட்ட சொன்னேன்” தாத்தா ஆச்சியின் தலையைத் தடவினார்...

“நம்ம முன்னாடி நம்ம புள்ளைய திராவத்தை ஊத்தி கொன்னுருவாவோலோனு பயந்து அங்க இருந்த எலி மருந்தை கரைச்சு குடிச்சிட்டா. குடிச்ச கொஞ்ச நேரத்துலயே அடுக்களைல வாந்தி எடுக்குற சத்தம். என்னனு போய் பாத்தா... இவ வாந்தி எடுத்துக்கிட்டு இருக்கா... அப்புறம் ஆசுபத்திரி கூப்டு போய்... ம்ம்ஹூம் என்ன என்னவோ ஆயி போச்சு...

“அதிலிருந்து தான் இவளுக்கு இவ்வளவு சிரமமும்...” வெறுமையாய் பார்த்தார்.

“வார்த்தை... வெறும் வார்த்தை. என்கூட எத்தனை வருஷம் வாழ்த்திருக்கா... நான் கோவத்துல சொல்லுதது கூடவா தெரியல... யென் கடவுளே... கருப்பசாமியே” என சொல்லி வாய் விட்டு அழுதார் தாத்தா...

“தாத்தா அளாதிய” என்றான் வைரம். அவனுக்கு என்னவோ போல ஆகியிருந்தது.

"அன்னிக்கு முடிவு பண்ணினேன்... போதும் பேசினதுனு... எங்க புள்ளையும் எங்கயோ போயிட்டான்... நாங்களும் ஊர காலி பன்னிட்டு இங்க வந்துட்டோம்..."

தாத்தாவின் தோளில் ஆச்சி சாய்ந்து கொண்டு அழுதது...

"தப்பு பன்னிட்டன்யா..."

"நீ என்னத்த பண்ணினே... நான்ல கொடூரமா பேசிட்டேன்"

"என்ன மன்னிச்சு, திரும்பவும் பழைய மாதி பேசுங்கய்யா..."

"யாரை யார் மன்னிக்க, தண்டனை எனக்கும் தானே" என ஆச்சியை பார்த்து சொன்னவர்

"நீயும் என்னடானா மருந்தை குடிச்சு சாவேங்க..." என்று கனகாவை பார்த்து சொன்னார் தாத்தா

தலை குனிந்த கனகா ஆச்சியின் அருகில் அமர்ந்தாள்...

"இருபது வருஷம் ஆச்சு... நான் பேசி... சொல்லோட அருமை எங்களுக்கு தான் தெரியும்" "இனியும் கண்ட வார்த்தையும் பேசிட்டு திரியாதியோ..." என்றார் தாத்தா.

எங்கோ சுவர் பல்லி கத்தியது.

~

# கிட்னக்கா

“யெத்தே... சீக்கிரம் வாங்க, கிட்னக்கா ஒரு மாதி வாரா”

மேல வீட்டு வசந்தாவின் குரலுக்கு

பதட்டத்துடன் பதில் கொடுத்துகொண்டே ஓடி வந்தாள் வடிவாச்சி...

“ஏட்டி, இப்ப தானே செத்த மிந்தி ஏண்ட்ட பேசிட்டு போனா”

கூட்டம் கூடி விட்டது,

பெருமா முதலியார் கை பிடித்து பார்த்து தலையாட்டி நகர்ந்துவிட்டார்...

“கிருஷ்ணம்மா, கிருஷ்ணம்மா”

என சத்தம் கொடுத்துப் பார்த்தார் வடிவேல் தாத்தா...

சத்தம் ஏதுமில்லை.

அவர் மட்டும் தான் கிருஷ்ணம்மா என முழுப்பெயர் சொல்லிக் கூப்பிடுவார்...

“என்ன அன்னாச்சி” என கிட்னக்காவும் தங்கையாக மாறி நிற்கும்.

மற்ற எல்லோருக்கும் கிட்னக்கா தான்,

வயது வித்தியாசமில்லாமல்...

என்ன மச்சான்? என பெருமா முதலியாரை பார்த்துக் கேட்க

“ஆண்டவன் கூட்டுக்கிட்டான், ஆகுத வேலைய பாக்க வேண்டியது தான்”

என்றார் பெருமா முதலியார்.

அவரே வழக்கம்போல எல்லா வேலைகளையும் ஆரம்பித்தார்...

கிட்னக்காவின் முழு பெயர்

அதிகம் பேருக்கு தெரியாது...

கேட்டாலும்

"அது கெடக்கு, நீ எப்படி கூப்பிடனமோ கூப்டு, யேட்டினு கூட கூப்பிடு, சாமியவே பித்தானு கூப்டுருக்காவட்டி" என சொல்லி சிரிப்பாள் கிட்னக்கா.

கிட்னக்கா இல்லாமல்

ஊரால் இருக்க முடியும் என்பதை ஊரே நம்பாது.

அந்த அளவு கிட்னக்காவின் பாசம் கலந்த வேலை ஊருக்கு உண்டு.

திருமணம் உள்ளிட்ட சுபகாரியம் அத்தனைக்கும் கிட்னக்கா வந்து விடுவாள்.

சமையல் முதற்கொண்டு அத்தனை வேலையும் சடங்கு சம்பிரதாயங்களையும் தெரிந்திருப்பதால் வீட்டாளுக்கு அத்தனை உதவியாய் இருக்கும்...

எது எது எவ்வளவு வாங்க வேண்டும், யார் யாரை எப்படி வேலை வாங்க வேண்டும்... எல்லாமும் அத்துபடி...

"யே... அய்யா, பஞ்சமுக விளக்கைஆண்டி நாடார் கடைல வாங்கிட்டு வந்திருய்யா...

அத நாளக்கி பூசைல வைக்கனும்...

மறந்திட்டாவோ அத."

அதட்டி வேலை வாங்குவது கிட்னக்காவுக்கு பிடிக்காத ஒன்று.

"எதுக்கு அதட்டனுங்கேன்...

மனுசப்பய கொனமே ஒதவுவது தாம்யா"

எப்போதும் ஒரு சிரிப்பு.

வடிவாச்சி யிடம் ஒருமுறை கிட்னக்காவின் கதையை கேட்ட போது

"அவ கத பெரிய கத லா...

அவ சொந்தஊர் நாகர்கோயில்...

இங்க ராமசாமி தாத்தா வூட்டுக்கு வாக்க பட்டு வந்துச்சு... அப்பவே 50 பவுண் நகை போட்டு, சீரும் சிறப்புமா வந்துச்சு... கொஞ்ச நாளிலேயே கிட்னக்கா வூட்டுகாரர் ஒடம்புக்கு முடியாம

படுத்த படுக்கையாகி போய் சேந்துட்டாவ..."

ஆச்சி கண்ணீரை துடைத்தபடி

"ஆண்டவன் அவள சோதிச்சிட்டான். அவோ அப்பா அம்மா வந்து, வாம்மா நம்ம வூட்டுக்குனு கூப்டப்போ போலியே"

"இதான் ஏ ஊருன்னுட்டா... எங்கம்மை உடனே சொல்லிட்டா இருட்டி இங்கயே... இன்னொரு மவளா நாம் பாத்துக்கிடுதேண்டினு சொல்லி கட்டிபுடிச்சு அளுதா"

"ஒரே மவ வாழ்க்கை இப்படி ஆயிட்டேனு அவ்வோளும் போய் சேர்ந்துட்டாவோ... அன்னலேருந்து கிட்னக்கா ஒரு நிமிசம் சும்மா இருக்க மாட்டாளே..."

உண்மை தான்...

சுப காரியம் என்றில்லை...

பேறுகால உதவி, வயதான படுத்த படுக்கையாக இருப்பவர்களின் துணிகளை அலசி, அவர்களோடு கொஞ்சம் ஊர்கதைகள் பேசி...

பண்டிகை காலங்களில் பண்டம் தயாரிக்க உதவுவது வரை சகலமும் சகலருக்கும் உண்டு...

"செவந்தி, இந்தா... ஓம் புள்ளேளுவளுக்கு குடு" என தனக்கு யாராவது கொடுத்த பலகாரங்களையும் இல்லாதவர்களுக்கு கொடுத்து விடுவாள்...

அந்த கிட்னக்காவின் சத்தம் தான் நின்று போயிருந்தது...

"யே... யேக்கா" என்ற படி அழுது அரட்டி கொண்டிருந்தாள் வடிவாச்சி.

"தண்ணீ கொண்டு வாம்மானு தான் சொன்னாவோ... கொண்டு வருததுக்குள்ளே போயிட்டாவளே"

கமலம் சொல்லி அழுது கொண்டிருந்தாள்...

ஊரே நல்ல சாக்காலம் என பேசிக் கொண்டது...

எல்லா சடங்குகளும் முடிந்து விட்டன...

ஒரு வாரம் கழித்து...

சென்னையிருந்து வந்த மூர்த்தி

தின்னையில் படுத்திருந்தான்.

"யய்யா, மள வருத மாதிரி இருக்கு, உள்ள போய் படுய்யா"

கிட்னக்கா குரல் போல தான் இருந்தது.

~

# மௌன மலர்

"கடைசியா மொவத்தை பாக்கிறவங்களாம் பாத்துக்கிடுங்க... மொவத்தை மூட போறோம்...

ஐயா, கடைசியா மொவத்தை பாக்கிறவங்களாம் பாத்துக்கிடுங்க"

"ம்ம்க்கும் அந்த மூஞ்சிய இன்னொரு தடவ வேற பாக்கணுமாக்கும்" சண்முக சித்தப்பா கத்தினார்...

"ஏ... இரப்பா... அவம், அவம் கடமையை செய்யுதான்..." பழனி பெரியப்பா சமாதானம் சொல்லிக் கொண்டிருந்தார்.

யாரும் திரும்ப போய் பாக்க வில்லை...

"சரி... அந்த பயல கூட்டு வாங்கடே" பழனி பெரியப்பா சொன்னதும்

"வேண்டாம்னே, அந்த பய மனசுல இதெல்லாம் பதியவே வேண்டாம்னே, நா பண்ண தப்புக்கு எல்லாரும்ல சீரழியுதோம்..." வாய் விட்டு அழுதார் சண்முக சித்தப்பா.

"எப்பா, நீ என்னப்பா இப்படி கிடந்து மனச போட்டு ஒழட்டிட்டு இருக்கே, எல்லாம் விதிடே... எல்லாம் தான் முடிஞ்சு போச்சே, இனிமே அழுது என்ன செய்ய..."

"மச்சான்... சும்மா இரிங்க... நாளைக்கு அவம் பெரியவனாயிட்டு எங்கப்பனுக்கு கொள்ளி கூட வைக்க உடலியேன்னு கேட்டுற கூடாது... நாம சரியா இருந்துக்கிடுவம்" என்றார் இசக்கி மாமா.

"மாப்ள சொல்லுததும் சரிதான், கேட்டியா" என்ற பழனி பெரியப்பா

"ஏ, அந்த பயல கூட்டிட்டு வாங்கப்பா என்றதும்

மகேஷ் யை அழைத்து வந்தனர். அந்த ஐந்து வயது பாலகன் சட்டை இல்லா உடம்புடன் சிறு வேட்டியை கட்டி கொண்டு, நெற்றி, உடம்பு முழுவதும் விபூதி பட்டை இட்டு, மலங்க மலங்க விழித்தபடி வந்தான்...

அவனை பார்த்ததும் பலரின் கண்கள் கலங்கின.

"ஏம் மாமா அப்பா அங்க படுத்துருக்காங்க, எப்பம் மாமா எந்திச்சு வருவாங்க"

இத கேட்டதும் பலரின் விசும்பல் அதிகமானது...

"சே... என்ன வாழ்க்கையா இது... அழகு போல பொண்டாட்டி... புள்ள, இத வுட்டுட்டு இப்படி தண்ணி அடிச்சு சீரழிவானா"

"என்னத்த சொல்ல... கிளியை புடிச்சு கொரங்கு கைல கொடுத்த மாதி ஆயி போச்சு"

ஒவ்வொருத்தரும் ஒவ்வொரு மாதிரி அங்கலாய்த்து கொண்டிருந்தனர்.

"ஊழியஸ்தானம் பள்ளிடம் இருக்குலாப்பா... அங்க இந்த மூதி எதுக்கு போனான்னு தெரியல... நல்ல தண்ணி வண்டி வேற... நா திரிச்ச தாரெல்லாம் கொண்டு போய் மூக்க மொல்லியார் வீட்டுல கொடுக்க போறேன்... ஒரே கூட்டம், சத்தம்... ஊழியஸ்தானம் பக்கத்துல ஒரு ஆள் மேல லாரி ஏறிட்டு... ஆள் யாருனு தெரியலுனு கூட்டம் கூட்டமா போறாங்க... பார்வதி மவனும் சைக்கிளை எடுத்துட்டு போய் பாத்துட்டு... டி. வி. எஸ் பிப்டி வண்டிய வச்சு அவம் தான், மலர் சித்தி வீட்டு சித்தப்பா லானு வீட்டுக்கு வந்து சொல்லி பார்வதி மாப்ள,, நா, சம்முவம், மூக்கையானு எல்லாரும் போயி தூக்கிட்டு ஆஸ்பத்திரி வந்தோம்... போயிடுச்சுன்னுட்டாவ" - யாரோ யாரிடமோ சொல்லி கொண்டிருந்தனர்.

ஆனந்தனுக்கு வித்தியாசமாயும், ஆச்சரியமாயும் இருந்தது மலர் அத்தை அழாதது தான்.

மகேஷை தன் மடியில் வைத்து கொண்டு எங்கோ வெறித்து பார்த்து கொண்டிருந்தாள்

மலர் அத்தையின் கணவரின் குடும்பத்தினர் சம்பிரதாயத்துக்கு வந்து விட்டு ஓரமாய் ஒதுங்கி கொண்டனர்.

"பி டபுள்யூ டி எஞ்சினியர்னு சொல்லிலா பொண்ண கொடுத்தோம்... குடிச்சு, குடிச்சு நீயும் நாசமாயி... என

குடியையும் கெடுத்திட்டியே..." இப்படித்தான் சண்முக சித்தப்பா வீடு சித்தி முதற்கொண்டு அனைவரும் அழுது கொண்டிருந்தனர்.

மலர் அத்தையின் நெருங்கிய சிநேகிதி மாலதி அத்தை பழையபேட்டையிலிருந்து வந்ததும் மலர் அத்தைக்கு அழுகை பீறிட்டு வந்தது...

"ஏட்டி.... இப்படியா போவணும் ஓ வாழ்க்கை, எல்லாரும் சேர்ந்துலா ஓ வாழ்க்கையை நாசமாக்கிட்டோம், தெய்வமே ஒனக்கு கண்ணில்லையா"

மலர் அத்தை குலுங்கி குலுங்கி அழுதது. பின் கிறங்கி மாலதி அத்தை மடியிலேயே படுத்து கொண்டது.

"ஏ தண்ணிய தெளிங்கப்பா, கிரங்கிட்டா பாரு" என்று யாரோ சொல்ல தண்ணி கொண்டு வந்து தெளித்தனர் மலர் அத்தையின் முகத்தில்.

"ஏ, அவனை தூக்கிக்கடே, கால் சுடும்" என்று யாரோ சொன்னது ஆனந்தின் சிந்தனையை கலைத்தது.

இசக்கி மாமா மகேஷை தூக்கிக்கொண்டு... நீருள்ள சிறு மண் கலையத்தை அவன் தோளில் பட்டும் படாமலும் வைத்துக்கொண்டு, மூன்று முறை சுத்தி வந்தார்... பின் கொள்ளி வைத்து விட்டு அவனை கருப்பந்துறையிலிருந்து ஆற்றுக்கு சைக்கிளில் உக்கார வைத்து கூட்டிக் கொண்டு வந்தார்...

சண்முக சித்தப்பாவை பழனி பெரியப்பா கூட்டிக் கொண்டு வந்தார்.

தாமிரபரணி, கரையை அடைத்து ஓடி கொண்டிருந்தாள்...

"தாயி... எங்க துக்கத்தை எல்லாம் எடுத்துட்டு போயிருத்... தா" என்ற படி முங்கினார் பழனி பெரியப்பா.

அதுவே அனைவரின் மன ஓட்டமுமாய் இருந்தது...

ஆற்றில் குளிப்பதால், துக்கமும் குறைந்தது போல் தான் இருந்தது...

அது பிரம்மையா... தாமிரபரணி நீர் ஓட்டத்தின் சக்தியா தெரியவில்லை.

மரணம் ஒருவகையான விடுதலை. சில நேரம் இறந்தவர்களுக்கு, சில நேரம் சுற்றி இருப்பவர்களுக்கு... அவரவர் வாழ்வை பொறுத்து.

மாலதி அத்தை மூன்று நாட்களும் மலர் அத்தை கூடவே இருந்தாள்...

"எய்யா, மாலதிய கொண்டோயி அவ்வூட்டுல விட்ருயா" என்று மூக்கம்மா ஆச்சி சொன்னதும்

சைக்கிளை எடுத்து கொண்டு கிளம்பினான் ஆனந்த்.

அத்தை நடந்தே போலாம் என்றதும்,

"நான் டபுள்ஸ் நல்ல ஓட்டுவேன் த்தே"

"அதில்ல... கொஞ்சம் நடக்கலாம் போல இருக்கு" என்றபடி நடந்தது

"அத்தை, நீங்க வர்ற வரை மலர் அத்தை அழவே இல்ல... வெறிச்சு பாத்துகிட்டே இருந்தாங்க

உங்கள பாத்ததும் தான் அழுதாங்க"

எதுவும் பேசாமலே மாலதி அத்தை சென்று கொண்டிருந்தாள்.

"நீங்க ரெண்டு பேரும் ஒண்ணா படிச்சிங்களோ"

"ம்ம்ம், பக்கத்து பக்கத்து வீடு... ஒண்ணாவதுலேருந்து பன்னெண்டு வரை ஒண்ணா படிச்சோம். மலர் ரொம்ப அமைதி... பேருக்கேத்த மாதி ரொம்ப மென்மையான குணம்... எப்பவும் சிரிப்பு, டைப்ரைட்டிங் இன்ஸ்டிடியூட் போறப்போ அவளை பாக்க அவ்வளவு கூட்டம் இருக்கும், ஆனால் தப்பா ஒரு வார்த்தை யார்ட்டருந்தும் வராது"

"அடுத்த வீட்டு குமார் அண்ணனுக்கு அப்ப தான் கல்யாணம் ஆயிருந்தது. அந்த மயினி கல்லிடைக்குறிச்சி. அந்த மயினிய பாக்க அவங்க தம்பி வருவாரு... அப்ப தான் காலேஜ் முடிச்சுட்டு பாங்க் பரிட்சைலாம் எழுதிட்டு இருந்தாரு."

"பேரு இன்பராஜ்"

"அவர் கொஞ்சம் ஸ்டைலா வேற இருப்பாரா... நாங்க ப்ரெண்ட்ஸ்லாம் மலர அவரை வச்சு கிண்டல் பண்ணுவோம்"

மலரின்பம், இன்பமலர்னு... மலர் பல சமயங்களில் வெட்கமும், சில சமயங்களில் கோபமும் படுவா... ச்சீ போங்கடி ம்பா, அவ வெட்கத்தை பாக்கவே ரொம்ப அழகாக இருக்கும். இன்னும் பேர சொல்லி சொல்லி விளையாடுவோம், விளையாட்டு போக போக நிஜமாக ஆரம்பிச்சுச்சு, எந்த நினைப்பும் இல்லாத அவர்களிடம் நாங்க சொன்னது ஒரு

'இதை' விதைச்சுச்சு,. அவர் வந்தாலே டேப் ரெக்கார்டர்ல பாட்டு சவுண்டா வச்சுருவார்.

**"வெள்ளை புறா ஒன்று**
**ஏங்குது கையில் வராமலே**
**நமது கதை**
**புது கவிதை**
**இல்லக்கணங்கள்**
**இதற்கு இல்லை**
**நான் உந்தன் பூ மாலை"**

*இந்த பாட்டை தான் வைப்பர்*

*அது தான் சிக்னல்னு எங்களுக்கே தெரியாம தான் இருந்துச்சு*

**ஆவியோடு சேர்ந்த ஜோதி**
**பாதை மாற கூடுமோ...**

*பாடல் தொடந்து கொண்டிருந்தது*

*... மலர் கண்ணாடியில் தான் முகம் பார்த்து கொண்டாள்.*

**"மனங்களின் நிறம் பார்த்த காதல்**
**முகங்களின் நிறம் பார்க்குமோ"**

*- வாய் விட்டு பாடினாள்.*

**"பூ தூவுமே**
**பன்னீர் மரம்"**

*பாடிக் கொண்டே தாவணியை சரி செய்து கொண்டாள், தன் நீளமான ஒத்தை சடையை முன்னாள் போட்டுக்கொண்டாள்.*

**"சூடான கனவுகள்**
**தன்னோடு தள்ளாட"**

*குமார் அண்ணன் வீட்டை நோக்கி நடந்தாள்*

**வெள்ளை புறா ஒன்று**
**ஏங்குது கையில் வராமலே**

அவள் வாருவாள் என்பது தெரியும், இன்பா கண்ணாடியில் தலை வாரியபடி பாடி கொண்டிருந்தவன், வந்ததும் வழி மறித்தது போல் நின்றான்

பூவில் சேர்ந்து வாழ்ந்த வாசம்
காவல் அணை மீறுமே

"மயினி, குங்குமம் இருக்கா" - மலர்

காலம் மாறும் என்ற போதும்
காதல் நதி ஊறுமே

"இருக்கே, வச்சி விடவா" இன்பா

"ச்சீ... போங்க" என்ற படி உள்ளே நுழைய முயற்சிக்க

வரையரைகளை மாற்றும் போது
தலைமுறைகளும் மாறுமே

என் பெர்மிஷன் இல்லாம உள்ள நுழைய முடியாது என இன்பா மறைக்க

அப்டியா... உங்க அனுமதி இல்லாம நான் எங்கேயும் நுழைய முடியாதா?" என்றபடி மலர் தலை சாய்த்து பேச, உலகின் ஒட்டு மொத்த காதலும் அங்கே பரவியது போல ஒரு சுகந்த உணர்வு.

கார்கால சிலிர்ப்புகள்
கண்ணோரம் உண்டாக
வெள்ளை புறா ஒன்று
ஏங்குது கையில் வராமலே
நமது கதை
புது கவிதை
இல்லக்கணங்கள்
இதற்கு இல்லை
நான் உந்தன் பூ மாலை...

இருவரும் அமைதியாய் பாடலை ரசித்தபடி பார்த்துக் கொண்டிருந்தனர்... மயினி வந்தது கூட தெரியாமல்.

மயினி முதலில் பயந்தது... எங்கே தன் பெயர் கெட்டு விடுமோ என்று.

"ஏ இவளே, மலர கொஞ்சம் பொறுமையா இருக்க சொல்லு, நீயா சொல்லுதா மாதி சொல்லு, அவனுக்கு ஒரு வேலை கிடைக்கட்டும் அடுத்த மாசமே மலர பொண்ணு கேட்டு அவங்க வீட்டுக்கு வந்திருதோம்... அதுக்கு முன்னாடி... ரொம்ப பேசிக்க வேண்டாம்னு சொல்லுப்பா..."

சாடை மாடையாக சொன்னதும் ஒரு நாள் முழுக்க அழுதாள் மலர்.

“ஏ, ஓன் நல்லதுக்கு தாம்பா சொல்லுதேன், ஓங்க அண்ணன் ரொம்ப கௌரவம் பாக்க ஆளு, அந்த மயினி வீட்டுல இப்ப தான் கொஞ்சம் காசு சேர்ந்துருக்கு, அவருக்கும் ஒரு வேலை கிடைச்சிரட்டும்...”

ம்ம்ம் என்ற படி மனசை தேற்றி கொண்டவள், குமார் அண்ணன் வீட்டுக்குப் போவதை நிறுத்திக் கொண்டாள்.

தினமும் சந்தி புள்ளையார் கோயிலை சுற்ற ஆரம்பித்தாள்.

வேண்டுதல் அனைத்தும் இன்பா க்கு வேலை கிடைக்க வேண்டும் என்பதே.

விதி சும்மா இருக்குமா

வீட்டுக்கு வர வில்லை என்றதும் இன்பா அவளை பின் தொடர்ந்து கோயிலுக்கு சென்றான்.

அவளுக்கோ சந்தோசம், பெருமிதம், உற்சாகம், அவ்வப்போது அவனை பார்த்தபடியே சாமி கும்பிட்டு வீடு திரும்பினாள்.

அதை யாரோ பார்த்து விட்டு சண்முகத்திடம் சொல்ல, தாம் தும் என குதித்தார்... குமார் அண்ணன் வீட்டுக்குப் போயி சண்டை போட போவதாய் சொன்னார்.

மலர் பதறினாள். அழுதாள்

மூக்கம்மா ஆச்சி சொன்னாள் “கூறு கெட்டவனே, சண்டை போட்டு குடும்ப மானத்தை சந்தி சிரிக்க வைக்க போறியா, காதும் காதும் வச்ச மாதி, சட்டு புட்டுன்னு நல்ல மாப்பிளையா பாத்து தள்ளி விட பாப்பியா... வந்துட்டான்... சாமி ஆடிக்கிட்டு”

அப்போது புரோக்கர் துப்பு சொன்ன மாப்பிளை தான் மலர் கணவன் கதிரேசன், பி. டபுள்யூ டி எஞ்சினியர். பார்க்க சற்று முரடனாகவே தெரிந்தான். மலரை கட்டாய படுத்தி திருமணத்துக்கு சம்மதிக்க வைத்தனர். இல்லையென்றால் இன்பாவை அடிப்பேன் என்று சண்முகம் சொன்னதுமே சம்மதித்தாள் மலர்.

கதிரேசன் பெருங்குடிகாரன்... லஞ்சம் அதிகமாய் வாங்கி இரண்டு முறை பிடிபட்டு சஸ்பெண்ட் ஆனான்.

அப்போதெல்லாம் அவளின் சங்கிலி அடகு கடை போகும்.

சண்முகம் இடிந்து போனார்... மலர் எந்த நல்லது கெட்டதுக்கும் வருவதில்லை, யார் முகத்திலும் முழிக்க வேண்டாம் என பாளையங்கோட்டையிலேயே இருந்தாள்

நீ போயி பாத்துட்டு வாயேன் என்று சண்முகம் மாலதியை சொல்லுவார்

ஒருமுறை மாலதியிடம் "உன்ன பாத்ததும் பழசெல்லாம் ஞாபகம் வருது... நான் இழந்ததெல்லாம் ஞாபகம் வருது, தப்பா நினைச்சுக்காதே... வராதே யென்... என்றாள் அழுதுகொண்டே.

"அதற்கப்புறம் இப்ப தான் பாக்கேன்" - மாலதி

"அவருக்கு கல்யாணம் ஆயிடுச்சா". ஆனந்த்

"இல்ல" - என்றாள் மாலதி சின்ன புன்னகையுடன்.

சில மாதங்கள் கழித்து

"ஓடாதே... ஒழுங்கா இந்த டவுசரை போடு" என்ற படி மகேஷை துரத்தி கொண்டு வெளியில் மலர் வந்த பொது

வெள்ளை புறா ஒன்று ஏங்குது கையில் வராமலே...

பாடல் சத்தமாக குமார் அண்ணன் வீட்டிலிருந்து கேட்டது

நமது கதை
புது கவிதை

மலர் படபடப்புடன் கண்ணில் நீர் மறைக்க பார்த்தபோது

இலக்கணங்கள்
இதற்கு இல்லை

இன்பா நின்று கொண்டிருந்தான்

நான் உந்தன் பூ மாலை...

~

# அக்கினிக் குயில் ஒன்று

"ஏலா குயிலி, நில்லுலா"

"முடிஞ்சா புடிச்சு பாரு" - தோழிக்கு சவால் விட்டு ஓடிக்கொண்டிருந்தாள் குயிலி.

"பாரேன் இந்த பொண்ண! ஆம்பளைக்கு ஆம்பளையாலா வருது"

ஊரின் பழுத்த கிழவி ஒருத்தி மூக்கில் மேல் விரல் வைத்து அங்கலாய்த்தாள்.

ஓடிக்கொண்டிருந்த குயிலி மரத்தின் விழுது பிடித்து வேகமாய் ஆடி அடுத்த மரத்திற்குத் தாவினாள்.

"எய்யா, புள்ளைய கண்டிச்சு வைப்போ, கண்ணாலம் கின்னாலாம் கட்ட வேண்டாமா"

"பெரியாத்தா, நான் வேலு நாச்சியார்க்கு துணையா படை நடத்தி எதிரியின் தலை வெட்டி உனக்கு பூமாலையா தாரேன்" என சொல்லி கலகலவென சிரித்தாள் குயிலி.

எல்லோரும் சிரித்தார்கள்

"பாரு, பாரு, பதினெட்டுவயசாச்சு, ஆன மட்டுக்கும் (முடிஞ்ச அளவு முயற்சி செஞ்சு) கூடிய சீக்கிரம் உனக்கு மாப்பிள்ளை பார்த்து கால்கட்டு போடுதேனா இல்லையா பாரு" - வினயமாக சொன்னாள் கிழவி.

"ஆத்தா, நான் வேலுநாச்சியார் படையில சேரனும், அடிமையாலா கெடக்கு சிவகங்கை சீமை, வெள்ளைக்காரனுவள எதுத்து சண்டை போட்டு ராணி வேலுநாச்சியார் செயிக்க நான் உதவியா இருக்கனும், வேறு எதுவும் லட்சியமில்ல" - தீர்க்கமாக சொன்னாள் குயிலி.

சாம்பவர் என்ற அருந்ததியர் இனத்தை சேர்ந்தவள் குயிலி.

சிறுவயதுமுதலே ராணி வேலு நாச்சியார் பற்றி கதைகள் கேட்டு வளர்ந்தாள்.

"ராணி எப்படி இருப்பாங்க தாத்தா..."

"நல்ல உயரம், போர் பயிற்சிகள் செஞ்சு செஞ்சு கம்பீரமாய் இருப்பாங்க, சிங்கம் மாதிரி. தெலுங்கு கன்னடம் உருதுனு. பத்து பாஷைல பேசுவாங்க"

"தாத்தா, நானும் ராணி மாதிரி வீர விளையாட்டெல்லாம் கத்துக்கணும்"

சிறுவயதிலிருந்தே சிறுசிறு பயிற்சிகளைச் செய்தாள் குயிலி. குத்தீட்டி எறிதல் சரளமாய் வந்தது. அதிலிருந்து குத்தீட்டி குயிலியின் உறுப்பாகவே மாறிப்போனது

"ஏ பொன்னே" - குரல் கேட்டு நின்று திரும்பினாள். அங்கு வேலுநாச்சியாரின் சிலம்பு வாத்தியார் வெற்றிவேல் நின்றுகொண்டிருந்தார்.

"உனக்கு படிக்க தெரியுமா"

"தெரியாதே"

"அப்படியா சரி இந்த கடிதத்தை அரண்மனை பக்கத்துல இருக்கும் மல்லாரி ராயன் கிட்டே கொடுத்துடுவியா?

"ஓ... சரி" - என்று வாங்கி நகர்ந்தாள் குயிலி.

சிறிது நேரத்தில் மாலைமுடிந்து இனிய குயில்களின் கானமும், தவளைகளின் சத்தமும் கேட்டுக்கொண்டிருந்த முன்னிரவு நேரம்.

"ஆ... ஆ... ... அ... ய்... ... யோ... ..." பெரும் அலறல் சத்தம் வெற்றிவேல் வாத்தியார் வீட்டிலிருந்து கேட்க, எல்லோரும் அவர் வீட்டை நோக்கி ஓடினர். அங்கு குயிலியின் குத்தீட்டி வெற்றிவேல் வாத்தியாரின் மார்பை துளைத்து நிற்க, ரத்த வெள்ளத்தில் மிதந்து கொண்டிருந்தார் அவர். காளி போன்று கடும் ஆவேசத்தில் இருந்தாள் குயிலி.

"ராணி வேலு நாச்சியார் வராங்க, வழி விடுங்க"

கூட்டம் அத்தனையும் பீதியில் உறைந்தது.

"நாச்சியாரோட வாத்தியாரையே கொன்னுட்டா, குயிலி கதி அதோகதி தான்" மக்கள் தங்களுக்குள் கிசுகிசுத்து புலம்பினர். சிலர் அழத் தொடங்கினர். போர் ஆலோசனைக்காக வெற்றிவேல் வாத்தியாரைப் பார்க்கத் தற்செயலாக வந்த வேலு நாச்சியார் இக்காட்சி கண்டு திடுக்கிட்டார். இதற்குள் சுய

நினைவுக்கு வந்த குயிலி அழுதபடியே கடிதத்தை நாச்சியாரிடம் கொடுக்க, அதில் மல்லாரி ராயனுக்கு, வேலு நாச்சியாரின் படை ரகசியத்தை வெற்றிவேல் எழுதியிருந்ததைக் கண்டு சினமும், ஆத்திரமும் கொண்டார். தான் ஏமாற்றப்பட்டதை உணர்ந்து வேதனையுற்றார் வேலு நாச்சியார்.

“விஷப் பாம்பை கூடவே வைத்திருந்திருக்கிறேனே… இத்தனைக்காலம் இப்படித்தான் கசிந்திருக்கிறதா ரகசியம்” என வேதனையுற்றபடியே அமைச்சரிடம் சொன்ன வேலு நாச்சியார்,

“எத்தனையோ சோதனைகளை சந்தித்தவள் இந்த நாச்சியார்… எல்லாவற்றையும் கடந்து, வென்று நமது பாரம்பரியக் கொடியான வீர அனுமன் கொடி நாட்டுவோம் கோட்டை மதிலில்… இது சத்தியம்” - வாள் உருவி சபதம் செய்தார் வேலு நாச்சியார்.

“ராணி வேலு நாச்சியார் வாழ்க” - மக்கள் கூட்டம் வீறு கொண்டது

“பெண்ணே, நீ எப்படி இதை கண்டுபிடித்தாய்”

“மகாராணி, படிக்கத் தெரியுமானு கேட்டான், தெரியாதுனு சொன்னவுடன் தான் கடிதாசு கொடுத்தான் கயவாளிப் பய. அதான் யென் சந்தேகத்தைக் கிளறியது. கடிதாசு பிரிச்சு படிச்சேன், அடங்காத ஆத்திரம் வந்து கொன்னேன்”

கண்களில் கோபாவேசம் மிளிர நின்ற குயிலி, ராணியின் கண்ணுக்கு புலியென தெரிந்தாள்.

“அரண்மனை பெண்கள் ஆயுதமேந்தி பயிற்சிகள் செய்யவே ஆயிரம் தடைகள். உனக்கென்றால் சொல்லவும் வேண்டுமா… அத்தனை தடைகளையும் மீறி பயிற்சி செய்து அதை நமக்கெதிரான துரோகத்தை கருவறுக்க பயன்படுத்தினாய்”

குயிலியை உற்றுப் பார்த்து சொன்னார்.

“உன்னைப்போல் மதியூகமும், வீரமும் நிறைந்த பெண்கள் படைக்குத்தேவை, என் மெய்க்காப்பாளராக வருகிறாயா பெண்ணே?”

பறையொலிகள், சங்கநாதம் தன் காதுகளில் முழங்கக் கேட்டாள் குயிலி… சிலிர்ப்போடு சொன்னாள்.

“அது என் லட்சியம் ராணி”.

வேலுநாச்சியாரின் அழகிய உயர்ந்த அரண்மனை, நிலவின் ஒளியிலும், ஏற்றப்பட்டிருந்த விளக்குகளின் வெளிச்சத்திலும் அலங்கரிக்கப்பட்ட யானை ஒன்று கம்பீரமாய் அமர்ந்து, தன் தும்பிக்கையைத் தூக்கியபடி இருந்ததுபோல இருந்தது. இரவு காவலுக்காக குயிலி உப்பரிகையில் உலாவிக் கொண்டிருந்தாள். அரண்மனை தடாகத்தில் தெரிந்த நிலவு பிம்பமா, அல்லது வானில் இருக்கும் நிலவு பிம்பமா என்று வாத பிரதிவாதங்கள் நிகழ்த்தும் அளவில் தடாகத் தண்ணீர் தெளிவாய் இருந்தது. ஆனால் குயிலியின் மனதுள் மட்டும் எதோ சஞ்சலம் வாட்டிக்கொண்டே இருந்தது

அவ்வப்போது நாச்சியாரின் அறையிலும் ஒரு கண் வைத்திருந்தாள். எதோ ஒரு அரவம் கேட்பதை உணர்ந்த குயிலி மின்னலென உள் சென்றாள். முகத்தை துணியால் மறைத்திருந்த ஒரு உருவம் வேலுநாச்சியாரை கொல்ல கத்தியை ஓங்கியது, அதை தன் கையால் தடுத்து, உருவத்தை பிடிக்க முயல அது தப்பி ஓடியது. தடுத்த கையில் கத்தி ஆழமாய் பதிந்து, ரத்தம் பெருகிவழிய மயங்கி சரிந்த குயிலியை நாச்சியார் தாங்கிப் பிடித்தார்.

அன்று முதல் எப்போதும் தாங்கியே பிடித்தார் நாச்சியார்... கண் விழித்த குயிலியிடம் சொன்னார் நாச்சியார்.

“இனி நீ உமையாள் பெண்கள் படையின் தளபதி”

குயிலிக்கு மயிர் கூச்செறிந்தது. ராணியின் படையில் சேருவோமா என்று தவம் கிடந்தவளுக்கு படைத்தளபதி பதவி.

“நன்றி ராணி, என் உயிரை கொடுத்தாவது நம் மண் காப்பேன்”

“இல்லை குயிலி, எதிரியின் உயிரை எடுத்தாவது நம் மண் காப்பேன் என்று சொல்” - . புன்னகையுடன் சொன்னார் ராணி.

“ராணி வேலு நாச்சியார் வாழ்க. வேலு நாச்சியாருக்கு ஒரு நற்செய்தி” - வந்த ஒற்றன் சொன்னான்.

“என்ன நற்செய்தி”

“ஹைதராபாத் நிஜாம் ஹைதர் அலி பன்னிரெண்டு பீரங்கிகளும் நூற்றுக்கணக்கான துப்பாக்கிகளும் கொடுத்து அனுப்பியிருக்கிறார் ஆங்கிலப்படைகளை எதிர்க்க”

"அருமை, வெற்றிவேல்... வீரவேல்... ஆயத்தமாகுங்கள் சிவகங்கை கோட்டையை மீட்க". - முழக்கமிட்டார் வேலு நாச்சியார்.

போர் தந்திரம் வகுக்கப் பட்டது. பெரிய மருது ஒருபுறமும் நாச்சியாரும் குயிலியின் உமையாள் படை மறுபுறமும் தாக்குவது, முதலில் மதுரை - மல்லாரி ராயனை வீழ்த்துவது, பின் காளையார்கோவில் - ஆங்கிலேய தளபதி ஜோசப் சுமித், இறுதியாக சிவகங்கை - வஞ்சத்தால் வேலு நாச்சியாரின் கணவரைக் கொன்ற ஆங்கிலேயே தளபதி காஞ்சோர்.

1780ம் ஆண்டு ஐப்பசி மாதம் 5ம் நாள் விருப்பாச்சி பாளையத்திலிருந்து வேலு நாச்சியாரின் படை புறப்பட்டது. உமையாள் பெண்கள் படைக்குத் தலைமையேற்று குயிலி கம்பீரமாக வந்து கொண்டிருந்தார், மதுரை நோக்கி, மல்லாரி ராயனை வீழ்த்த.

வேலுநாச்சியார், குயிலி படைகள் ஒருபுறமும் மருது சகோதரர்கள் படைகள் மறுபுறமும் தாக்க ஒரு மணி நேரத்திலேயே மல்லாரிராயன் வீழ்ந்தான்.

ஆங்கிலேய தளபதி ஜோசப் சுமித் காளையார் கோவிலில் வேலுநாச்சியாரின் படையை எதிர்கொண்டான். அவனும் வீழ்ந்தான்.

"ராணி நாம் வெற்றி கொண்டோம்" - வெற்றி புன்னகையுடன் சொன்னாள் குயிலி.

"இல்லை குயிலி, இறுதிப்போர் சிவகங்கை கோட்டை மீட்பு தான்... அதுதான் வெற்றி, ஆனால் அது அத்தனை எளிதானதல்ல" - என்று இறுகிய குரலில் சொன்னார் வேலு நாச்சியார்.

சிவகங்கை அரண்மனையை தாக்குவது என்று முடிவானது. போர் பாசறையில் ஆலோசனை நடந்து கொண்டிருந்தது. ஒற்றன் சொன்னான்

"ராணி, ஒரு அடிக்கு ஒரு வீரன் துப்பாக்கி ஏந்தி நிற்க வைக்க பட்டுள்ளான். நம்மை விட அதிக பீரங்கிகளும் உள்ளன" -

"இது இறுதிப்போர், இந்த போரில் நாம் வெற்றி பெற்றே ஆக வேண்டும். இல்லையெனில் இதுவரை பெற்ற வெற்றிகள் எல்லாம் வீணாய் போய்விடும்" - கர்ஜித்தார் வேலு நாச்சியார்.

அப்போது தள்ளாத வயதில் ஒரு முதிய பெண்மணி வர வாயிற்காப்பாளன் அனுமதி மறுத்தான்.

“ஏ கிழவி நீயெல்லாம் உள்ளே போக முடியாது”

“அய்யா, ராணி மொவத்தை ஒரே ஒருமுறை பார்த்துக்கிடுதேன்” என்றபடி கெஞ்ச

“அதெல்லாம் முடியாது”

“ஒரே ஒருமுறை, இந்த உசிரு போவுமுன்ன”

சரி என உள்ளே அழைத்து சென்றான்.

“ராணி வேலு நாச்சியாருக்கு வெற்றி கிட்டட்டும்”

“யாரம்மா நீ”

“நான் ஒரு குடியானவளுங்க, வேலு நாச்சியாருக்கு ஒரு தகவல் கொண்டுக்கிட்டு வந்துருக்கேன்”

“என்ன தகவல்”

“நவராத்திரி சக்திகளின் திருவிழா, இந்த விழாவிலே அம்புட்டு மாதரசிகளும் சக்தியின் ரூபமான அம்மன ஒவ்வொரு ரூபத்திலும் வழிபட எல்லா சக்தியும் பெற்று திக்கெட்டும் வெற்றி கிட்டும்”

“புரிய வில்லையே”

“மகாராணி, இது நவராத்திரி சமயம், சிவகங்கை அரண்மனைக்குள்ள இருக்கும் ராஜராஜேஸ்வரி கோயில்ல கொலு வச்சுருக்காங்க. அத கும்பிட பெண்களுக்கு மட்டுமே அனுமதி”

மகாராணியின் முகத்தில் புதிர் அவிழ்ந்த மகிழ்ச்சி. இக்குரலை எங்கேயோ கேட்டிருக்கிறோம் என்று யோசித்துக்கொண்டே

“யாரம்மா நீ”

தன் வேஷம் கலைத்தாள் குயிலி.

மறுநாள்

“சாதாரண பெண் போல உடையணித்தாலும் உங்கள் ராஜ களை உங்களை விட்டு போகவில்லை மகாராணி” - குயிலி

புன்னகைத்தாலும் தன் கணவர் முத்துவடுகநாதர் வஞ்சத்தால் கொல்லப்பட்டது நினைவுக்கு வந்தது. மாறுவேடத்தில் இருந்த ராணி மற்றும் குயிலி தலைமையில் பெண்கள் அம்மனை வழிபட பூமாலைகள், பெரிய முரசுகள்

சகிதம் அரண்மனைக்குள் நுழைந்து கோவில் கொலு மண்டபத்துக்கு சென்று பூசை முடியும் வரை காத்திருந்தனர்.

அரண்மனை மேல்மாடியில் வஞ்சத்தால் வேலு நாச்சியாரின் கணவரை கொன்ற ஆங்கிலேயே தளபதி காஞ்சோர் நின்று கண்காணித்துக் கொண்டிருந்தான்.

வேலு நாச்சியாரின் கண்கள் அரண்மனை முழுவதும் அளவெடுத்தன. குயிலியோ நிலா முற்றம் செல்லும் வழி ஆராய்ந்தாள். அங்கே தான் ஆயுத பூசையை முன்னிட்டு அத்தனை ஆயுதங்களும் குவிக்கப்பட்டதாய் தகவல் வந்தது.

“தாயே, பராசக்தி, எமக்கு வெற்றி கொடு” - மனதுள் வேண்டிக்கொண்டனர் வேலு நாச்சியார் உட்பட அத்தனை பெண்களும்

வழிபாடு முடியவும் அரண்மனையே கிடுகிடுக்க முழங்கினார் வேலு நாச்சியார்.

“வெற்றிவேல... வீரவேல்” - ரவுத்ரம் கொண்ட பெண்கள் படை துரிதமாய் செயல்பட்டது

அத்தனை பெண்களும் தங்கள் மாலைகளுக்குள் இருந்து வளரி, கத்தி, குறுவாள் போன்ற ஆயுதங்களை எடுத்தனர். முரசுக்குள்ளிருந்து துப்பாக்கிகள் எடுக்கப்பட்டன.

மின்னலென பெண்கள் படை, ஆங்கிலப் படைகளை சின்னாபின்னமாக்கினர். ஆங்கிலப் படைகளோ சிதறி ஓடின. ஆயுதங்கள் எடுக்க பல வீரர்கள் நிலாமுற்றம் சென்றனர்

இதை மேல் மடத்தில் இருந்து பார்த்துக் கொண்டிருந்த கஞ்சோர் அதிர்ந்தான், “சார்ஜ்” என கத்திக்கொண்டே தன் இரு கைகளிலும் துப்பாக்கி ஏந்தி பெண்கள் படை நோக்கி சுட்டுக்கொண்டே இருந்தான்.

ஒரு பெரிய தீப்பந்தத்தை தன் ஈட்டியில் கட்டி மேலே எறிந்தாள் குயிலி. அது பெரிய மருது பீரங்கி கொண்டு தாக்கி கொண்டே உள் நுழைவதற்கான சமிக்கை. அதை பார்த்ததும் பெரிய மருது கோட்டையை தாக்க ஆரம்பித்தார்

ஒரு உருவம் கோவிலின் பெரிய விளக்கில் இருந்த பசு நெய்யை தன் மீது கொட்டி பந்தலின் மேலே ஏறி சட்டெனெ உப்பரிகைக்கு சென்று நிலா முற்றம் அருகில் குவித்து வைக்கபட்ட ஆயுதங்கள் பார்த்தது.

அருகில் இருந்த தீவட்டியை தன் மீது கொளுத்தி கொண்டு அப்படியே தீவட்டியோடு ஆயுதங்கள் மேல் குதித்தது.

"வெற்றிவேல... வீரவேல்... வேலு நாச்சியார் வாழ்க"

ஆயுதங்கள் எடுக்க வந்த வீரர்கள் திகைத்தனர். கொழுந்து விட்டு எரிந்த ஆயுதங்கள் வெடிக்கவும் துவங்க, ஆங்கிலேயே படைகளுக்கு பெருத்த சேதம் ஏற்பட்டது.

ஆயுதங்கள் பறிபோன அதிர்ச்சியில் வீரர்கள் நிற்க, வெற்றி எளிதானது. தப்ப முயன்ற ஆங்கிலேயே தளபதி கஞ்சோர் வேலுநாச்சியாரின் வாளுக்கு பணிந்து சரணடைந்தான்.

வெற்றி வெற்றி என வேலு நாச்சியார் படைகள் வெற்றி முழக்கமிட நாச்சியார் கண்களோ குயிலியைத் தேடின.

"எங்கே குயிலி?"

"நிலா முற்றத்தில் ராணி"

"அங்கே தான் ஆயுதங்கள் வெடித்ததே". பதறியபடியே நிலா முற்றம் விரைந்தார் ராணி.

அங்கே ஆயுதங்கள் எரிந்து முடிந்திருந்தன. புகை அதிகமாக இருந்தது. குயிலியை அனைவரும் தேட ஆரம்பித்தனர். தீயில் கருகி உருக்குலைந்த உருவத்தோடு முனகிக் கொண்டிருந்தாள் குயிலி.

"ராணி, இந்த ஆயுதங்கள்... ஆ... ஆ ஆ... சேதப்படுத்தாமல்... ம்ம்ம்ம்... வெற்றி கடினம்னு... அ... ம்,, மா... ... உணர்ந்து தான் குதித்தேன்" - வலியில் முனகி கொண்டே பேசினாள்.

இது இறுதிப் போர்... ம்ம்ம்ம்... எனவே ஆயுத கிடங்கை... ம்ம்ம்ம் ... அழித்தே தீருவது ... என தீர்மானித்தேன், முன்னரே சொன்னால்... ஹா... ஹா ஆ ... அனுமதிக்க மாட்டீர்கள்"

எதற்குமே கலங்காத வேலு நாச்சியாரின் கண்கள் கலங்கின.

"குயிலி, உன் வீரத்துக்கு இந்த சிவகங்கை என்றும் கடமைப் பட்டுள்ளது"

வீர அனுமன் கொடி சிவகங்கை கோட்டை மதிலின்மேல் ஏற்றப்பட்டதை கண்டு திருப்தியுடன் கண் மூடினாள் குயிலி.

சிவகங்கையே கண்ணீர் விட்டது. வீர மரணமடைந்த போர் வீரர்களுக்கு அமைக்கப்படும் நடுகல் முதன்முதலாய் ஒரு பெண்ணுக்கு அமைக்கப்பட்டது குயிலிக்கு தான்.

~

## மாயன் தூது
### (கதை நடக்கும் காலம் – 80 களில்)

"**எ**ன்ன மச்சான்"

"ஒண்ணுமில்ல"

"வீட்டுக்குள்ள வாரும்"

"இல்ல இருக்கட்டும். இப்பதான் அம்மாவ பார்த்தேன், ஒரு பதினைஞ்சு நாளைக்கு வீட்டுல இரும்"

"ஏம் மச்சான்... நான் இன்னிக்கு மெட்ராஸ் போறேன், நம்ம சங்க மீட்டிங் ஒன்னு இருக்கு, அப்படியே அமைச்சரை பாக்க வேண்டியிருக்கு" - என்று சொல்லிக்கொண்டே ஜிப்பாவை தலை வழியாக போட்டார் சங்கரன் முதலியார்... போட்டு விட்டு பார்த்தால் பெருமாளை காணோம்.

அவர் அப்படித்தான்.

"சித்தம் போக்கு சிவம் போக்குன்னுதான் இருப்பாவோ" என்பாள் பெருமாள் மனைவி.

பெருமாள் யாரிடமும் அதிகம் பேச மாட்டார். ஒல்லியான உடல்வாகு. தறி நெய்து நெய்து காய்ப்பேறிப்போன கைகள். நாலைந்து மாதங்களுக்கு ஒரு முறை மொட்டை போட்டு விடுவார். எனவே பெரும்பாலான நேரங்களில் வெண்பஞ்சு தாடியுடனும் அதிக தலைமுடியுடனும் தான் இருப்பார்

சங்கரன் முதலியாருக்கு பரபரத்தது. இந்த ஆக்கங்கெட்ட மனுஷன் வந்தாலே விபரீதமால்லா நடக்கும்... யோசித்துக்கொண்டிருக்கும்போதே அவர் மனைவி

"இவரு எதுக்கு வந்துட்டு போறாரு" என்றாள். சொல்ல வேண்டாம் என முடிவெடுத்து

"சும்மா தான்... போய்ட்டு இருந்தாரு. நான் நிக்கவும் பார்த்து ரெண்டு வார்த்தை பேசிட்டு போறாரு" என்றார்

சங்கரன் முதலியார் மனசு படபடக்க ஆரம்பித்தது. சரி, அம்மாவை பார்த்துட்டு வருவோம் என முடிவெடுத்தார். நாலு வீடுதள்ளி இருந்தது. மனைவிக்கும் அம்மாவுக்கும் ஒத்துக்கொள்ள வில்லை. பூர்வீக வீட்டில் போய் தாய் இருந்து கொண்டாள். என்பது வயது ஆனாலும் ஆச்சியே சமைத்து கொள்ளும்... வீடு சுத்தமாக இருக்கும்.

“யெம்மா... எப்படி இருக்கே”

“வாய்யா, நல்லாருக்கேன் யா... சாப்டுதியா யா” - ஆச்சி அஞ்சு மணிக்கே எழுந்து குளித்து, காவி நிற நூல் சேலை கட்டி, நெற்றி நிறைய விபூதியை பட்டையாக பூசி, விளக்கேத்தி, சாமி கூப்பிட்டு, ஏழரை மணிக்கெல்லாம் காலை உணவு பெரும்பாலும் கஞ்சி அல்லது இட்லி சாப்பிட்டு விடும். சங்கரன் முதலியாருக்கு ஏனோ சாப்பிடனும் போல இருந்துச்சு.

“சரி, வை” எனறார்

கஞ்சியை தட்டில் ஊற்றி வெல்லம், ஊறுகாய், மிளகாய் துவையல் எல்லாவற்றையும் வைத்தது ஆச்சி. மகன் சாப்பிடுதான்னு சொன்னதும் சந்தோசம் தாளல ஆச்சிக்கு. ரெண்டுநாளைக்கொருதரம் வந்து பார்த்தாலும் சாப்பிட மாட்டார்.

“ஆங்கார மூதி விடாதும்மா இவன... உலுக்கி புடுவா உலுக்கி” என மருமகளை பற்றி சொல்லி மகனுக்கு சப்போர்ட் பண்ணும் ஆச்சி.

“தவனபுளி காலியாயிட்டு. நாளைக்குத்தான் இடிச்சு வைக்கணும், அதுன்னா இன்னும் பிரியமா சாப்பிடுவே”

தவனப்புளி என்பது மிளகாய் வத்தல், புளி, உப்பு, கொத்தமல்லி சேர்த்து செய்யும் பொடி. நைசாக அரைக்காமல் பரபரவென அரைப்பார்கள். கஞ்சி, பழைய சோறு. பலகாரங்களுக்கு தொட்டுக்கொள்ள சுர்ர்னு இருக்கும்.

“இதுவே போதும்மா, அப்ப உனக்கு?

“இருக்குய்யா... மதியத்துக்கு சேர்த்து தான் வச்சேன். திரும்ப வச்சிக்கிடுதேன்”

சங்கரன் முதலியார் மனசு, உடம்பு எல்லாம் நிரம்பியது. சரி தான், ஒன்னும் கவலைப்படாம ஊருக்கு போலாம். இந்த கிறுக்கு புடிச்ச மனுஷன் ஏன் பதினஞ்சு நாளைக்கு வீட்டுலயே இரும்னு சொன்னார் என யோசித்தபடியே கிளம்பினார்.

"அம்மா, நான் கிளம்புறேன், மெட்ராஸுக்கு போறேன் ஒரு வாரம் கழிச்சுத்தான் வருவேன்"

"சரிய்யா... பாத்து பதனமா போய்ட்டுவா"

சரி, நெல்லையப்பர் கோவில் போய்ட்டு வருவோம். வந்து சாப்பிட்டு ஒரு தூக்கம்போட்டுவிட்டு ஊருக்கு கிளம்புவோம் என முடிவெடுத்தார்.

கோயிலுக்கு போய்ட்டு வந்து சாப்பிட்டு முடித்திருப்பார் சுப்பையா ஓடி வந்தார்

"மாமா, ஓடியாங்க, ஆச்சி என்னமோன்னு இருக்கு" என்றார்

கை கழுவி துண்டை எடுத்து தோளில் போட்டு கிளம்பினார்.

"ஆச்சி நல்லாத்தான் இருந்தாவோ... இப்பதான் தம்ளர் தட்டலாம் கீழ விழுந்த சத்தம் கேட்டு ஓடி வந்து பார்த்தா கண்ணு சொருகி மூச்சி பேச்சில்லாம கெடக்காவோ" - பக்கத்து வீட்டு தனம் சொல்லிக் கொண்டிருந்தாள்.

"சுப்பையா, ராமசாமி மாமா இல்லனா பெருமாள் இருந்தா கூட்டு வா"

பெருமாள் வந்தார். கை பிடித்து பார்த்தார். பால்ஊத்திக்கிடுங்க என்று சொல்லி விட்டு திருணையில் போய் உக்காந்தார்.

சங்கரன் முதலியார் அம்மா அம்மா என்று பேச்சு கொடுத்துப் பார்த்தார். ஆச்சியை தன் மடியில் வைத்து. தனம் கொண்டு வந்த பாலை வாயில் ஊற்றினார். முதல் இரண்டு மடக்கு சென்றது. அதற்கு பின் ஹ... ... க் என்ற சத்தத்துடன் ஆச்சி தலை திரும்பியது. பால் சிந்தியது. அம்மா அம்மா என்று கத்தினார்

பெருமாள் உள்ளே சென்று மீண்டும் கை பிடித்து பார்த்தார்.

"முடிஞ்சுடுச்சு" என்றார்

"இத தான் காலையில சொன்னீரா."

ஆமா என்பது போல தலை அசைத்து விட்டு சென்றார் பெருமாள்.

"ஆறுமுவம், மடமடன்னு போய் ரெண்டு நாப்பது பக்க நோட்டும், ரெண்டு பேனாவும் வாங்கிக்க, எந்தெந்த ஊருக்கு

*தந்தி அடிக்கணும், யார்ட்டெல்லாம் போய் சொல்லனும்ங்கிற வெவரத்தலாம் ஒரு பத்துநிமிஷம் கழிச்சு அவுக அழுது முடிச்சு நிதானமான பின்ன எழுதிக்க. அத ஆள் விட்டு சொல்லிரு"* என்றார். குடியானவனை நேரில் பார்த்து சொன்னார்.

பெருமா எல்லா சாவு வீடுகளிலும் முதன்மையாக தெரிவார்... அவர் பாட்டுக்கு ஈம கிரியைகளுக்கான வேலைகளை தாமாகவே முன்வந்து செய்வார்.

இளசுகள் அவர் காது படவே கிண்டல் அடிப்பார்கள் பாரேன்... கிழம் என்ன இன்ட்ரெஸ்டா வேலை பாக்கு அவர் அதையெல்லாம் சட்டை செய்வதில்லை

*"அதெல்லாம் அவனுக்கு செய்த மாதிரி... புண்ணியம். நான் போறப்போ வாசல்ல வந்துலா வரவேற்பான்... அவன்"* என்பார்.

அந்த அவன் என சொல்லுவது கடவுளை தான். அவருக்கு அவனிடம் பயமேதும் இல்லை.

*"எதுக்கு பயப்படணும். ஒரு தப்பும் பண்ணலியே"* என்பார்

*"யே... சுப்பையா கண்ணுல வைக்க சந்தனம் வாங்கியாச்சா"*

*"இந்தாங்கயா..."*

*"இது பத்தாது. அரசப்ப பிள்ளை கடையில இன்னும் இருபது ரூபாய்க்கு வாங்கிட்டு வா"*

சுப்பையா அந்த வீட்டாரிடம் தலை சொரிந்து கொண்டே இன்னும் இருபது ரூபாய்க்கு வாங்கனுமாம் என்க, ஏற்கனவே இத கேட்டுக்கொண்டிருந்த அவர்களும்.

*"அவாள் சொல்லியாச்சுனா சரிதான், அவாளுக்கு தெரியாததா,, இந்தா"* என ரூபாய் கொடுப்பதுண்டு.

இந்த அவாள் என்ற மரியாதையெல்லாம் இன்று ஒருநாள் தான் என்பது அவருக்கும் தெரியும்.

பலபேர் நல்லநாள், நல்ல விஷயங்களுக்கு போகும்போது இவர் எதிரில் வரவே பயப்படுவர்

ப்ச்... வந்துட்டானா... என்ற படியே மீண்டும் வீட்டில் சென்று தண்ணீர் குடித்து பின் செல்வர்

பெருமாளுக்கு பிள்ளைகள் கிடையாது. கணவனும் மனைவியும் தறி நெய்வார்கள். இருவரும் சேர்ந்து ஒரு நாளைக்கு மூணு சேலைகள்கூட நெய்து விடுவார்கள். பெரும்பாலும் அவர்

மதி பொன்னரசு | 87

மனைவிதான் நெய்த சேலைகளை கொண்டு போய் முருகன் சாரிஸில் கொடுத்து பணம் வாங்கி வரும்,. சனிக்கிழமை தோறும்.

பெருமாள் மனைவி பேசிக்கொண்டே இருப்பார்... அவரோ கேட்டும் கேட்காததுமாய் அவருக்கென ஒரு உலகத்தில் இருப்பார்.

திடீர் திடீரென சுடுகாட்டு குளக்கரைக்கு போய் உக்காந்து விடுவார். யார் வீட்டு இறுதி காரியங்களுக்கும் முழுதாய் துணையாய் நிற்பார். பிணத்தை தூக்கி, குளிக்க வைத்து, உடை மாற்றி என அத்தனையும் செய்துவிடுவார். முழு சடங்கு சமாச்சாரமும் தெரிந்தவர்.

எந்த வீட்டில் துக்கம் நடந்தாலும் அதை முன்கூட்டியே தெரிந்து சொல்ல கூடியவர் பெருமாள்... அதனால் சிலசமயம் வெறுப்புக்கும் ஆளானதுண்டு. அத பற்றி அவர் பெரிதாய் கவலை பட்டதில்லை.

“தந்திக்காரன ஏசுவியலாடே, நான் பெரிய தந்திக்காரன்... மாயன்... தூதன்”

ஒரே ஒருமுறை தவிர. அது ஒரு நோய்வாய்ப்பட்ட குழந்தையின் முடிவு பற்றி. காசநோய் என்றார்கள், மஞ்சகாமாலை என்றார்கள். மூன்று மாதமாய் அந்த ஒன்றரை வயது குழந்தை கஷ்டப்பட்டு கொண்டிருந்தது. இது அக்குடும்பத்தின் ஐந்தாவது குழந்தை.

அன்று

பெருமாள் அந்த வீட்டின் வாசலில் போய் நின்றார். அந்த குழந்தையின் அம்மா தினமும் இவர் வந்து நின்றுவிட கூடாதென நினைத்துக்கொண்டே இருந்தாள் போல. இவர் போய் நின்றதும் வீடு கூட்டிக்கொண்டிருந்தவள்,

“எம் புள்ளைய கொண்டு போக வந்துட்டானே” என வாரியலை இவர் மீது தூக்கி எறிந்தாள்.

**“யார் குடி கெடுத்தேனோ**
**யாசகம் தடுத்தேனோ**
**கலந்த நாய்கள பிரிச்சேனோ**
**கர்ப்பிணி பசுவை கொன்றேனோ**
**வீதியில நிக்கவச்சு**
**விளக்குமாறு அடி வாங்க...**
**நோவும் என்னாலா?**

**நொடியும் என்னாலா?**
**விதிச்சவன் சிரிக்காண்டி**
**சொன்னவன் அழுறாண்டி”**

என அழுது பாடிக் கொண்டேவீடு வந்தார் பெருமாள்...

“யே... அவன் பாதி சித்தன்லா... அவன போட்டு அடிக்கியே... பெருந்துக்கந்தான்... என்ன செய்ய விதிச்சவனல்லா சொல்லணும்...” என்று ராமசாமி முதலியார் அந்த வீட்டுக்காரர்களை சமாதானப்படுத்திவிட்டு பெருமாள் வீடு வந்தார்...

“ஏ... எதோ ஆத்தமாட்டாம பண்ணிட்டு... இதல்லாம் பெருசா எடுத்துகாதே...”

“சீன்னு இருக்குய்யா இந்த பொழப்பு...”

“அதெல்லாம் ஒண்ணுமில்ல... எத்தன பெரியவங்க படுக்கையில கிடைக்கையில் அந்த வீட்டுக்காரங்க உங்கிட்ட வந்து கேட்டுருக்காங்க. விடுய்யா, மனச போட்டு குழப்பிகிடாதே”

ம்ம் என்ற முனகலை மட்டும் பதிலே தந்தார். அன்று முச்சூடும் சாப்பிட வில்லை.

ராமசாமி முதலியார் தான் பெருமாளுக்கு நெருக்கமானவர். அவருடன் இந்த விஷயமாகவும் ஏற்கனவே பேசியிருக்கிறார்.

“நீ ஏம்யா இப்படி மத்தவங்க வீடு முன்னாடி போய் நின்னு சொல்லுத, அவங்களா கேட்டு வந்தா சொல்லேன்”.

“இது அவஸ்தைடே... மனச ஒரு மாதிரி பெசையும். மண்டை வலிக்கும்... யார்ட்டயாவது சொல்லனும்போல இருக்கும்... பெரிய உசுருன்னா போய் சொல்லிடுவேன்... அவுகளும் எங்கேயும் போக இருந்தா... அதெல்லாம் தள்ளி போட்டுருவாப்ல... அப்ப நன்றியும் சொல்லிக்கிடுவாங்க. அம்பது வயசுக்கு கீழன்னா தான் பிரச்சனையே”

“ஏன் சொல்லாம இருக்க முடியாதா...”

“ம்ம்ஹூம்... மனுஷன... உருட்டி எடுக்கும்... போய் சொல்லுனு காதுல சத்தம் கேட்கும். காதுக்குள்ள சத்தம் கேட்டுட்டே இருக்கும்... போய் சொல்லு... போய் சொல்லுன்னு, சொல்லி முடிக்கும்வரை வேற எந்த வேலையும் ஓடாது.”

“அதெப்பிடி இதெல்லாம் சொல்ல முடியுது, எத வச்சு சொல்லுவே”

“யார்ட்டயும் சொல்லாத, மனசுல தோணும், காதுல சத்தம் கேட்கும், அந்த உசுரு இருக்கும் வீடு முன்னாடி போய் நின்னாக்க ஒரு வாடை அடிக்கும். அவ்ளோதான், இது மனப்பிராந்தின்னு சொல்லுவ... சொல்லிக்கோ”

“இப்பலாம் டாக்டருங்க எல்லா நோயையும் குணப்படுத்திருதாங்களே, அப்பவும் எப்படி? ...”

“அப்ப ஏன் சாவுதான் மனுஷன்? எந்த மயிராண்டி டாக்டர் போற உசிர புடிச்சுவச்சான்..?”

“அப்ப எத்தனை பேரு குணமாயி வராங்க”

“நோய குணப்படுத்தலாம், சாவுக்கான காரணத்த... குணப்படுத்த முடியாது. மாரடைப்பே வந்து பொழச்சுருவான்... வெறும் விக்கல்ல செத்துருவான்... நோய. குணப்படுத்தலாம், தூண்டிலை இல்ல”

இதற்கப்புறம் தான் ராமசாமி முதலியார் பெருமாளை பாதி சித்தனாகவே நினைக்க ஆரம்பித்தார்.

காலை எழுந்ததும் பெருமா மனைவி செய்யும் முதல் காரியம் காலண்டர் கிழிப்பது. கிழித்து அதில் அவள் ராசிக்கும் பெருமா ராசிக்கும் என்ன போட்டிருக்கான் என்று பார்ப்பார்.

காலண்டர் கிழிக்க போன அவர் மனைவி “என்ன தான் கேலண்டர் செய்தானுவளோ, பாதி தாளு இருக்க மாட்டெங்கு” என்ற படியே கஞ்சி வைக்க போனார்.

“ஏம்டி... நெல்லையப்பர் கோயிலுக்கு போவமா”

“என்ன அதிசயமாலா இருக்கு... பூமி பொளந்துட போவுது... பாத்து”

புர்ர்ஹ்ஹாஆ என்று விநோதமாய் சிரித்தபடியே

“அப்போ நான் போய்ட்டு வாரேன்” என்றார்.

“சாப்பிட என்ன வைக்கட்டும்”

“என்னதியாவது வை”.

கோயிலுக்கு போய்ட்டு வந்தவர் திண்ணையில் கண்மூடி உக்காந்தார்... ஷ்ஷ்ஷ் என்று வெயிலை பார்த்தவர் மீண்டும் கண் மூடினார்

“கோயிலுக்கு போய்ட்டு வந்தாச்சா... சாமி என்ன சொன்னார்... இனியாவது ஒழுங்கா அடுத்தவங்க வீட்டுக்கு போவாதனு சொன்னாரா” என்று கேட்டுக்கொண்டே

"வாங்க சாப்பிடலாம்" என்றாள்...

பதில் வரவில்லை... வினோதமான ஒரு சத்தம் அவர் வாய்க்குள்ளிருந்து... என்னவென்ற பாக்க வெளியில் சென்றவள் கண் சொருகி திண்ணையிலிருந்து கீழே விழுந்திருந்த பெருமாளை பார்த்து விட்டு கத்தினாள்.

"என்னங்க... என்ன செய்து? யாரவது வாங்களேன், பார்வதிக்கா..., தனம்"

கூட்டம் கூடியது... ராமசாமி முதலியார் நாடி பிடித்து விட்டு உயிர் போய்ட்டுனு சொல்லிட்டார்

"அதிசயமா கோயிலுக்கு கூப்பிட்டாவளே... பாதவத்தி போலியே. இவ எங்கயும்

கூட வரமாட்டா ன்னு விட்டுட்டு போய்டியலா" என்று கதறி அழுதாள் அவர் மனைவி.

எல்லார் சாவும் முன்னாடி சொன்னாரே... அவர் நாள் அவருக்கு தெரியல பாத்தியா என்ற கேலிகள் தான் ஆங்காங்கே ஒலித்தன.

உறவினர்கள் பக்கத்திலேயே இருந்ததால் மாலை ஆறு மணிக்குள் அடக்கம் முடிந்தது. ராமசாமி முதலியார் தான் நிறைய திருநீறை அள்ளி, குழிக்குள், அவர் உடல் மேல் கொட்டினார்.

"சித்தன்யா அவன், பாதி சித்தன்" என்றார் கண்கலங்கிய படி.

எல்லாமே முடிந்தன, பயறும் சுக்குத்தண்ணியும் சாப்பிட உறவினர்கள் அழைக்கப்பட்டார்கள்.

"அவங்க போட்டோ அந்த பெட்டியில இருக்கும்யா... அத எடுத்து வைங்க" என அவர் மனைவி சொல்ல

"சாவி?" என்றார் சுப்பையா., கூட சங்கரன் முதலியாரும், ராமசாமி முதலியாரும் இருந்தனர். "அதெல்லாம் அவங்களுக்கு தான் தெரியும், இனி என்ன... உடைச்சுருயா"

உடைத்த போது அவர் போட்டோ இருந்தது, இளவயது போட்டோ, தாடி இல்லாமல். போட்டோவின் மேல்

அவர் இறந்த அன்றைய காலண்டர் தேதி இருந்தது.

~

# வாராதிருப்பானோ

**வாராதிருப்பானோ**
**வண்ண மலர் கண்ணன் அவன்**
**சேராதிருப்பானோ**
**சித்திரப் பூம்பாவை தன்னை ...**

எங்கோ தூரத்தில்... இந்தப் பாடல் ஒலித்துக்கொண்டிருக்க லெட்சுமி ஆச்சி அப்படியே உக்கார்ந்து விட்டார்...

உலக இயக்கமெல்லாம் அப்படியே உறைந்தாற்போல...

இப்பனு தான் இருக்கு... கல்யாணம் முடிஞ்சு வருஷம் ஓடிப்போச்சு...

கல்யாணம் முடிஞ்சதும் இந்த படத்துக்கு தான் போனோம்.

என்னனு சொல்ல தெரியல... அவ்வளவு வெட்கம்.

பாட்டு ஒன்னொன்னும் முத்து. அப்படி இருந்துச்சு பாட்டு...

இவுகளானா இந்த பாட்டையே பாடிக்கிட்டு இருந்தாவோ வீட்டுலயும்...

பெரிய சிவாஜின்னு நினைப்புனு கிண்டல் பண்ணுவேன்.

இது எஸ் எஸ் ஆர் நடிச்சது... ஆனா அவ்வோலுக்கு சிவாஜினா புடிக்கும்...

பாட்டுன்னா உசுரு மனுஷனுக்கு.

பாடுட்டீ ம்பாவோ...

ச்சீ போங்கன்னு ஓடிருவேம்...

அவ்வோ இல்லாதபோ பாடி பார்த்துக்கிடுவேன்.

ஆனா அவ்வோகிட்டே பாடுனது இல்ல... ஒருவேளை புடிக்காம போய்ட்டுனா...

அதென்னவோ... மொத புள்ள பொறந்தும் நிக்கல... அதுக்கப்புறம் தங்கவே இல்ல

வேண்டாத தெய்வமில்ல... அப்புறம் அவ்வோளே சொல்லிக்கிடு வாவோ

"உனக்கும் எனக்கும் இடையில யாரையும் வைக்க மனசு வரல ட்டி அந்த திருச்செந்தூர் முருகனுக்கு"

நினைக்கும்போதே ஆச்சிக்கு குபுக்கென்று கண்ணீர் வந்தது. துடைத்து கொண்டார்

மத்தவங்கள மாதிரி... ஒரு வேளை கூட வெளிய சாப்பிட மாட்டாவோ...

"சவத்த... என்னத்த வைக்காணுவோ... வாய்க்கு வெளங்கமாட்டேங்கு...

அந்த சாம்பார ஊத்து" னு ருசிச்சு சாப்பிடுவாவோ...

"ஆலம் விழுதுகள் போல்
உறவு ஆயிரம் வந்தும் என்ன

மதி பொன்னரசு

**வேர் என நீ இருந்தாய்**
**அதில் நான் வீழ்ந்து விடாதிருந்தேன்...”**

இத தான் சும்மா சும்மா பாடிகிட்டு கெடப்பாவோ...

கிண்டல் மாதியும் இருக்கும்... நெசம்போலவும் இருக்கும்...

சாமானியத்தில சண்டைக்கு போவ மாட்டாவோ...

ஒரு நாள் யார்கூடவோ பெரிய சண்டை.

என்னடான்னு பார்த்தா... இவ்வோ பங்காளி ஒருத்தர்

“வம்சம் வேண்டாமா, இன்னோருத்திய கட்டிக்கிட வேண்டியதுதானே “னு கேட்ருக்கார்...

“தாயளி, இவன மாதி நினைச்சுட்டானோ என்ன... பேப் பய...”னு வீட்டுக்கு வந்தும் ஒரே சத்தம்.

எனக்கானா அவ்வோ கால கட்டிட்டு அழணும்போல இருந்துச்சு.

முழு நெறவா இருந்துச்சி... போதும்யா வாழ்க்கைனு முருகன் படத்த பாத்து கும்டு கிட்டேன்...

அந்த காலத்தில் புள்ள இல்லனா என்னலாம் சொல்லுவாவோ...

ஒரு சொல் வராம பாத்துக்கிட்டாவோ...

எய்யா... சாப்பிடலியா... எந்திங்க... படுத்துகிட்டே இருக்கியோ...

இப்படித்தான் அன்னைக்கும் கூப்டேன்... மனுஷன் அசையவே இல்ல,

பக்கத்துக்கு வீட்டு சந்திரன் ன கூட்டு பாக்க சொன்னப்போ தான்...

ஆச்சி... ரொம்ப சுடுதே மேலு... ஆஸ்பத்திரி கூட்டு போயிறலாம்னு

அவனே ஆம்புலன்ஸ்க்கு போன் பண்ணி... ஆஸ்பத்திரி க்கு கூட்டு போயிட்டாவோ

நீங்க வேண்டாம் ஆச்சி, நாங்க பாத்துக்கிடுத்தோம்னு வந்த டாக்டரு சொல்லிட்டாரு

அத மீறி என்ன செய்ய

கொரானா கிரானானு என்னத்தலாமோ சொல்லிகிடுதா வோ...

அதெல்லாம் அவ்வோ லுக்கு இல்ல...

வெறும் காச்ச தான்... வந்திருவாவோ...

கிறுக்கச்சி... இப்படி உக்காந்திருக்கேன்

யேட்டி, வந்து சாம்பார் ஊத்து னு கேட்டா என்ன செய்ய

ஓல வைக்க போறேன்...

**“வாராதிருப்பானோ**
**வண்ண மலர் கண்ணன் அவன்”**

ஆச்சி தனக்குள் மெதுவாக பாடிக்கொண்டே போனாங்க வீட்டுக்குள்... ...

★ ★ ★

இரு நாட்களுக்கு பிறகு...

ஆம்புலன்ஸ் சத்தம் கேட்டு சற்று பதறியபடியே ஆச்சி வெளியே வர...

“யே... சீக்கிரம் நல்ல ரசம் வையித்தா... அங்க கொடுத்த சாப்பாடு வாய்க்கு வெளங்கல கேட்டியா”

தாத்தா நிதானமாக ஆம்புலன்ஸ் லிருந்து இறங்கி நடந்து வந்தார்...

“பேரப்புள்ளை இந்தப்பக்கமா தான் போறானாம்... போற பாதைக்கு என்ன விட்டுட்டு போயிருதேன்னு சொன்னான்” என்று ஆம்புலன்ஸ் டிரைவரை காட்டி சொன்னார்...

“தாத்தா ஒடம்ப பார்த்துக்குங்க...” - என டிரைவர் சொன்னதும்வே... போட்டி வச்சுக்குவோமா யாரு நிறைய தண்டால் எடுக்கதுன்னு என்று சொல்லி தாத்தா கையை மடக்கி காட்ட டிரைவர் “அய்யோ... உங்ககிட்டே முடியுமா” என்று சொல்ல... அனைவரும் சிரித்தனர்.

“பேரப்புள்ளை, அடுத்தவாட்டி சாப்பிடுதமாதி வாங்கய்யா” என்று சொல்ல

“கண்டிப்பா தாத்தா” என்றபடி வேன் நகர்ந்தது...

**“ஆலம் விழுதுகள் போல்**
**உறவு ஆயிரம் வந்தும் என்ன**
**வேர் என நீ இருந்தாய்**
**அதில் நான் வீழ்ந்து விடாதிருந்தேன்...”**

ஆச்சியை பார்த்து பாடியபடியே உள்ளே சென்றார் தாத்தா

~

# ஆனந்த யாழை மீட்டுகிறாய்

**“எ**ன்னம்மா... அப்படி பார்க்கிறே... இன்னிக்கு என்னாச்சு செல்லத்துக்கு...”

“ஒன்னுல்ல...”

“சும்மா சொல்லு... அப்பா திட்டமாட்டேன்...”

இன்னும் அதே சோகம் கலந்த இறுக்கம் அவள் முகத்தில்...

“குட்டிமா... என்னடா... என்னாச்சு”

“ஸ்வேதா வ ஒடைச்சுட்டேன்”

*(ஸ்வேதா அவளின் மரப்பாச்சி பொம்மை பெயர்)*

“பரவாயில்லடா... இன்னொன்னு வாங்கிக்கலாம்...”

புருவங்கள் இரண்டும் உயர்ந்து அவள் குழப்பத்தில் இருப்பதை காட்டியது

“இன்னொரு பொம்மை எப்படி ஸ்வேதா ஆவும்?”

இந்த கேள்விக்கு என்ன பதில் சொல்வது என உண்மையில் தெரியவில்லை.

*(இப்படி திடீர் திடீர் என அவள் போடும் யாக்கர்களை சமாளிப்பதே பெரும்பாடு)* இருந்தாலும்...

“அதுக்கும் ஸ்வேதா னு பேர் வச்சுருவோம்”

“பேர் வச்சாலும் அது ஸ்வேதா ஆவாதே...”

“ஆமா... ஆவாது தான்...”

“ஸ்வேதா - 2 தானே ஆவும்”

*(அடேய் களா. சீரிஸ் படமா எடுத்து சின்ன புள்ளைய வும் கெடுத்து வச்சுருக்கீங்களாடா.)*

“அது வந்து... அது வந்து”

(யோசிக்க டைம் எடுத்துப்போம்... ஒரு பொம்மை ஒடைச்சா... இன்னொரு பொம்மை... அதானயா உலக வழக்கம்)

சரி... ஸ்வேதா - 2 னு வச்சுக்கிட்டா என்ன?

அப்ப ஸ்வேதா?

(மை லார்ட், இனிமே அப்பா ஆகும் முன்னாடி வக்கீல் ஆகணும்னு ஒரு ஆர்டர் போடுங்கய்யா... என்னா கேள்வி,

மனைவி "ஏன், எங்க கேள்விக்குள்ளாம் பதில் சொல்லிட்டீங்களாக்கும்..."

மை லார்ட் ஒரு சின்ன திருத்தம்... கல்யாணம் ஆகும் முன் எல்லா ஆம்பளையும் வக்கீல் ஆயிருக்கணும் ஒரு ஆர்டர் போடுங்கய்யா... இதுவும் ஒரு என்னா கேள்வி

மனைவி - "ஏன் வக்கீல் வண்டு முருகன் கேள்வி பட்டதில்லையா" - சொல்லிவிட்டு சட்னி அரைக்க கிளம்பினாள்... ஒருத்தனை சட்னி ஆக்கிவிட்டு...

ச்சே... சம்மனே இல்லாம ஆஜராயி டேமேஜ் பண்ணிட்டு போறது...)

"அன்னிக்கு உங்க பேனாவை உடைச்சப்போ என்ன சொன்னிங்க"

மறுபடியும் குட்டி மைலார்ட் விசாரணையை தொடர்ந்தது.

மறந்தே போயிருந்தது

"என்ன சொன்னேன்?"

"பார்த்து ஹாண்டில் பண்ண மாட்டியா னு திட்னீங்க"

"சாரி டா... அது கிப்ட் டா வந்ததா... அதான்..."

"ஸ்வேதாவும் கிப்ட் தான்...

ஆச்சி போன வருஷம் எ பிறந்தநாளுக்கு, அவளுக்கு ஒரு பொம்மை வாங்கி கொடுன்னு கொடுத்த காசுல... பார்க் பக்கத்தில இருக்கிற கடைல... ஒரு சண்டே, ஐஸ்கிரீம் சாப்பிட்டுட்டு, ஸ்வேதா வாங்கிட்டு வந்தோம்..."

ஒரு மெல்லிய மௌனம்

"அந்த கடைல அவ தான் என்ன பார்த்து சிரிச்சா... அதான் செலக்ட் பன்னினேன்"

இப்போது நான் ஒரு உயிருள்ள பொம்மையை உடைத்த மனநிலையை எய்தினேன்

... மெல்ல ஒரு மனஇறுக்கம் வந்து ஒட்டி கொண்டது...

மெல்ல அவள் உலகத்துக்குள் அடி எடுத்துவைத்தேன்

ஸ்வேதா வ கொண்டு வா...

துள்ளி போய் கொண்டு வந்தாள்.

பொம்மையின் கை உடைந்து தனியாக இருந்தது...

"ஸ்வேதா... ஹோம் ஓர்க் கே பண்ணல... எப்ப பாரு டீவியே பார்த்துட்டு இருந்தாளா... முதுவுல ரெண்டு போட்டேனா... அவ்ளோதான்... கை தனியா வந்துருச்சு... ஸாரி ஸ்வேதா... வலிக்குதா... இனிமே அடிக்க மாட்டேன்... என்ன"

ஸ்வேதா அதே சிரிப்போடு என்னையும் பார்த்தாள்...

"இரு... அப்பா ஸ்வேதாக்கு ட்ரீட்மெண்ட் பார்த்து சரி பண்ணிடுறேன்..."

நம்பமுடியாத மகிழ்ச்சியோடு பார்த்தாள்

வீட்டில் இருந்த பெவிக்கால் கொண்டு கையை ஒட்டினேன்... அதை சுற்றி பேண்டேஜ் மாதிரி கட்டு போட்டேன்...

"நாளைக்கு வரை ஸ்வேதாவை தொடாம விளையாடு... என்ன"

"வாவ்... சூப்பர் ப்பா..." என்று முத்தமிட்டு ஓடியது அந்த குட்டி தேவதை...

"ஆனந்த யாழை மீட்டுகிறாய்
அடி நெஞ்சில் வண்ணம் தீட்டுகிறாய்
அன்பெனும் குடையை நீட்டுகிறாய்
அதில் ஆயிரம் மழைத்துளி கூட்டுகிறாய்"

டீவியில் பாட்டு ஓடிக்கொண்டிருந்தது.

~

# எங்கே செல்லும் இந்த பாதை

**எ**ங்க போவ... - வள்ளியம்மை

எங்கயாவது போக வேண்டியதுதான், இனிமே என்ன இருக்கு... - சண்முகம் அண்ணாச்சி

"அப்பவே சொன்னேன்... நம்ம ஆயிசுக்கு அப்புறம் இருக்கதெல்லாம் மத்தவங்களுக்கு எழுதி வைக்கலாம்னு" - வள்ளியம்மை

"தம்பி தானே... கஷ்டப்படுதானே... புள்ளைல படிக்க வைக்கன்னு, பாங்க் சூரிட்டி யா உங்க வீட்டை கொடுத்தா லோன் கிடைக்கும்ணே னு சொன்னானே னு பாங்க் சூரிட்டில தான கையெழுத்து போட்டேன்..."

மெல்லிய மௌனத்திற்கு பின், ஒரு பெருமூச்சை விட்டுக்கொண்டே

"எப்படி பத்திரம் அவம் பேருக்கு மாறுச்சுனு தெரியல..." அழுகை முட்டிக்கொண்டு வந்தது சண்முகம் அண்ணாச்சிக்கு...

அழுதே விட்டார் வள்ளியம்மை...

★★★

பிளாஷ்பேக்

"அண்ணாச்சி, ரெண்டு ஷாம்பு பாக்கட் கொடுங்க" - ஒரு 5 வயது குழந்தை கேட்டது... எல்லாருக்கும் அண்ணாச்சிதான்.

"பம்பரமாய் சுற்றி சுற்றி கடைக்கு வந்தவர்களை கவனித்துக் கொண்டிருந்தார்

"என்ன அண்ணாச்சி... ரொம்ப பிசி போல... கடைக்கு ஆள் வச்சுக்கிட வேண்டியதுதானே" - சுந்தரம் தான் கேட்டார்...

"எங்கய்யா... எவம் நிக்காம் சொல்லுங்க... வாரானுவ... ஒரு மாசம் சம்பளத்த வாங்கிட்டு சொல்லாம கொள்ளாம

நின்னுருதானுவ... அந்த ஒரு மாசமும் அவனுக்கு வேலை சொல்லிக்கொடுக்கதுலயே போயிருது பாத்துக்கிடுங்க. அதாம் இப்ப யாரையும் வச்சுகிடுத்ததில்ல...” பொட்டலம் போட்டுக்கொண்டே பதில் சொன்னார் சண்முக அண்ணாச்சி...

பேச்சு பேச்சாக இருந்தாலும், கை ... வேலை பார்த்துக்கொண்டே இருக்கும்...

“அண்ணாச்சி ரெண்டு மாசத்துல கடைய காலி பண்ணிக்கிடுங்க... நான் வீட்டோட சேர்ந்து கடையையும் வித்துட்டு பெரியவா வீட்டோட மதுரைக்கு போயிறலாம்னு இருக்கேன்...,” என ஒரு இருவது வருடம் முன்பு அந்த வீட்டின் சொந்தக்காரர் சொன்னபோது அண்ணாச்சி அப்படி கேட்பார் என அவர் நினைக்கவே இல்லை

“அய்யா... என்ன கெரையம் னு சொன்னிங்கன்னா”... என இழுத்தார்...

“என்ன அண்ணாச்சி, பெரிய அஞ்சுக்கு முடிக்கலாம்னு இருக்கேன்”

அஞ்சு லட்சத்தை தான் அப்படி சொன்னார்...

“ஒரு நாலரைக்கு”... மீண்டும் இழுத்தார் அண்ணாச்சி

“அண்ணாச்சி, எவனுக்கோ கொடுக்க போறத உங்களுக்கு கொடுக்க சம்மதம் தான். நாலே முக்காலுக்கு முடிச்சுக்கிடுவம், நாளைக்கு நல்ல நாள், காலைல என்ன முடியுமோ, அத அட்வான்சா தாரும்... மிச்சத்தை... சரியா ரெண்டு மாசத்துக்குள்ள கொடுத்து கெரயம் பண்ணிக்குவோம்”

அண்ணாச்சிக்கு ஒருபக்கம் சந்தோசமாகவும்... இன்னொரு பக்கம் கவலையாகவும் இருந்தது.

வீட்டுக்கு போனதும்... பாங்க் பாஸ்புக், டைரி... எல்லாத்தையும் எடுத்து உக்கார்ந்தார்

“என்ன, வந்ததுமா டைரிய எடுத்து உக்காருதிய... சாப்பிட வாங்க” - வள்ளியம்மை

“வெவரம் புரியாம பேசாத... கடைய காலி பண்ணுங்க, வீட்டையும் கடையையும் விக்க போறேன்னு ன்னு சொல்தார்” - அண்ணாச்சி

“அய்யயோ... நாம என்ன செய்ய...” - வள்ளியம்மை

"விடுவேனா... எவ்வளவுன்னு சொல்லுங்க கேட்டுட்டேன்" - அண்ணாச்சி

"என்ன சொன்னார்" - வள்ளியம்மை

"அஞ்சு சொல்லி நாலே முக்காலுக்கு ஒத்துக்கிட்டார்" - அண்ணாச்சி

"நம்மகிட்டே எங்கே அவ்வளவு பணம் இருக்கு... புரியாம பேசிகிட்டு" - வள்ளியம்மை

"உக்காரு, நம்ம அக்கவுண்ட் ல 2 ரூ இருக்கு... கைல ஒரு 25 இருக்கு" - அண்ணாச்சி

"என் நகை நட்டை வித்தா ஒரு 1 தேறும்... அப்பவும் ஒன் ரை வேணுமே" - வள்ளியம்மை

நெற்றியை சுருக்கி யோசித்தார் அண்ணாச்சி...

சட்டென எழுந்த வள்ளியம்மை சிறுது நேரத்தில்... ஒரு டப்பாவ கொண்டு வந்து திறந்து பணத்தை எடுத்து

"இத எண்ணி பாருங்க" - வள்ளியம்மை

"இது எப்படி வந்துச்சு" - அண்ணாச்சி...

"அதெல்லாம் பொம்பளைங்க சமாச்சாரம்... எப்படி வந்ததுன்னுல்லாம் கேட்ககூடாது, இப்ப அவசரத்துக்கு ஒதவுதுலா" - வள்ளியம்மை

எல்லாம் 5, 10 ரூபாய்களாக சுருங்கி மடங்கி சுருட்டி இருந்தன

எலலவற்றையும் விரித்து ரப்பர்பேண்ட் போட்டு எண்ணினார்

11 ஆயிரம் இருந்தது... மீதம்? என யோசித்தார்

"உங்க தம்பிகிட்டே கேட்கியளா" - வள்ளியம்மை

"அவம் கிட்ட எங்கயிருக்கும்... பாவம் அவனே கஷ்ட படுதாம். பேங்க் மேனஜர்ட்ட அடமானமா வச்சா பணம் கிடைக்குமான்னு கேட்டு பாப்போம்"... - என்றார் அண்ணாச்சி

அப்படி வாங்கிய வீடும் கடையும் தான்... இன்று தம்பி ஏமாற்றி, பிடுங்கி...

★★★

என்னய்யா, பழசெல்லாம் நினைச்சு பாக்கியளா... எப்படி கஷ்ட பட்டு வாங்கினோம் - என சோகமாக கேட்டார் வள்ளியம்மை -

சம்பாதிக்க தெரிஞ்சுது... சேமிக்க தெரிஞ்சுது... காப்பாத்தத் தெரியலியே... வாய் விட்டு அழுதார்... சண்முகையா அண்ணாச்சி...

"தருமர்... நீங்க... என்னய்யா பண்ணுவியோ, துரியன்லா பிடுங்கிட்டான்"... வள்ளியம்மையும் அழுதார்...

"கௌரவமா வாழ்ந்த இடத்தில இனிமே பிச்சை எடுக்கவா முடியும்... அம்மை தாமிரபரணியில இறங்கிருவோம்"... தீர்க்கமாய் சொன்னார் அண்ணாச்சி...

படித்துறை நோக்கி மெல்ல இருவரும் நகர... தாமிரபரணியின் சத்தம் மெதுவாய் காதில் கேட்டது...

"அண்ணாச்சி... அண்ணாச்சி..." யாரோ சத்தம் போட்டு கூப்பிடுவது போல இருக்க

திரும்பி பார்த்தார்... ஒரு போலீஸ் வந்து கொண்டிருந்தார்...

"உங்கள எங்கல்லாம் தேடுதது, உங்க வீட்டை இன்னோருத்தருக்கு கிரயம் பண்ண பார்த்துருக்கார் உங்க தம்பி... சொத்து முழுசா உங்க தம்பி பேருக்கு மாறல... பவர் டாக்குமெண்ட் லதான் உங்க கையெழுத்து இருக்கு."

"நீங்க வந்து கையெழுத்து போட்டா வாங்கிக்கிடுதேன்னு வாங்குத ஆளு சொல்லிருக்காப்ல... அதுக்கு உங்க தம்பி நழுவிருக்காரு பாத்துக்கோங்க... அந்தானிக்கி ஸ்டேஷன் ல கம்ப்ளெயிண்ட் கொடுத்திட்டார்."

"இப்ப போர்ஜரி கேஸ் ல உங்க தம்பியை அரெஸ்ட் பன்னிருக்கோம்" என்றார் காவலர்.

"எப்பா... நெல்லையப்பா எம்மா காந்திமதி. ஓம் புள்ளெ ல காப்பாத்திட்டியத்தா, காப்பாத்திட்டியோ" - வள்ளியம்மை கதறி கொண்டிருந்தார். ஆனந்த அழுகை.

சண்முக அண்ணாச்சி இன்னமும் நம்ப முடியாமல் நின்றுகொண்டிருந்தார்.

"சீக்கிரம் ஸ்டேஷனுக்கு வந்து பார்மாலிட்டி முடிச்சிட்டீங்கன்னா நல்லாருக்கும்" காவலர்.

ஸ்டேஷனில் கையெழுத்து போட்டுவிட்டு, தம்பி மேல் புகார் கொடுத்து, வீடு திரும்பக் கிடைக்க காரணமான அந்த புண்ணியவானிடம்

"நன்றி யா... நல்லாருக்கணும் நீங்க ... உங்க பேரு?" - அண்ணாச்சி.

"கிருஷ்ணன்."

~

# என்னுள்ளே... என்னுள்ளே...

**வை**ஷாலிக்கு இன்னும் கனவு போலிருந்தது... எப்படி... இப்படி... காலையில் நடந்ததை 101 வது தடவையாக நினைத்துப் பார்த்தாள்.

காலையில் தான் அவளிருக்கும் ரத்ததான சேவை வாட்ஸ் அப் குரூப்பில் ஒரு மெசேஜ் வந்து மொபைல் சிணுங்கியது

*Urgently require A+ve blood* - காண்டாக்ட் நம்பரும் கொடுக்கப்பட்டிருக்க,

வைஷாலி சட்டென அந்த நம்பருக்கு ஃபோணினாள்.

“ஹெலோ”

“ப்ளெட் வேணும்னு இந்த நம்பர் கொடுத்திருந்தாங்க”

“யெஸ் மேம்... மலர் ஹாஸ்பிடல், அடையார்... ரிசப்ஷன் வந்துட்டு போன் பன்னிங்கன்னா... ஐ வில் பி தேர்”

“ஓகே ஃபைன்.”

“தேங்க்யூ ஸோ மச்.”

“நோ ப்ரொப்ஸ்.”

தன் ஸ்கூட்டி யில் எந்த அளவு வேகமாய் போக முடியுமோ, போய்... ரிஷப்ஷன் அருகே சென்று போன் செய்ய

ஒரு பையன் வந்தான்... கல்லூரி மாணவன் தோற்றம்.

“வாங்க மேம்... செகண்ட் ப்ளோர் ல ரூம்”

இரண்டாம் மாடி...

இரத்தம் எடுக்கும் அந்த சிறிய அறையில் பெட்டில் படுக்க...

நர்ஸ் “சாப்பிட்டீங்களா?” என்றாள்.

“யெஸ்”

ரத்தம் எடுத்து முடிந்ததும்,

“கொஞ்சம் ரெஸ்ட் எடுத்திட்டு போங்க” என்றாள் நர்ஸ்

“இட்ஸ் ஓகே... ஐ நோ... வெளில உக்காந்திருக்கேன்” என்ற படி

வெளியில் வந்தவள், ஒரு பெஞ்சில் உக்கார்ந்தாள்...

திரும்பி வலப்பக்கமாய் பார்த்தவள், தன்னை நோக்கி அந்த பையன் ஒரு பெண்ணிடம் சுட்டிக் காட்டிப் பேசுவது தெரிந்தது. அந்த பெண் வேகமாக வந்தாள்.

“ரொம்ப தேங்க்ஸ்க.”

“இட்ஸ் ஓகே”

“ப்ளட் கிடைக்க ரொம்ப கஷ்டபட்டுட்டோம்...”

பதட்டமும் கவலையும் முகத்தில் தெரிந்தது.

“என்னாச்சு?”

“பைக் ஆக்சிடென்ட்... இவுங்க மெதுவா தான் போவாங்க... என்னென்னெ தெரியல” அந்த பெண் அழுதாள். கிராமத்து பெண் போலிருந்தாள்.

“விஜி அத்தை” என்று அந்த பையன் அழைக்க

“வாங்க நீங்களும்” என்றபடியே ஓடினாள்

“பாத்துக்கோங்க” என சொல்லிவிட்டு மருந்து சீட்டை காட்டி... “மருந்து வாங்கி வருகிறேன்” என்று அவன் கிளம்ப,

வைஷாலி ரூம் உள்ளே நோக்கினாள். 30 வயது மதிக்கத்தக்க ஆண் என தெரிந்தது.

“உள்ளே வாங்க” என்ற படி அவள் உள்ளே சென்று... அவன் முகத்தை துடைக்க,

வைஷாலி அதிர்ந்தாள்...

**“என்னுள்ளே என்னுள்ளே**
**பல மின்னல் எழும் நேரம்**
**எங்கெங்கோ எங்கெங்கோ**
**என் எண்ணம் போகும் தூரம்”**

எதோ... யாரோ கூப்பிடுவது போல இருக்க, தலையை உலுக்கி “ம்ம்ம்” என்றாள்.

“இந்தாங்க. ப்ரூட் ஜூஸ். கொஞ்சம் குடிங்க” - விஜி

உள்ளே ரௌத்ரம் ஆடிக் கொண்டிருந்தாள் வைஷாலி.

“இல்ல. வேணாம்” - வைஷாலி.

“ப்ளீஸ்.. எனக்காக. எவ்ளோ பெரிய ஹெல்ப் பண்ணிருக்கீங்க.. இங்கே அனாதை மாதிரி இருக்கேன்... எங்க மயினி வீடு மட்டும் இல்லனா.. செத்தேன். எங்க மயினி பையன் தான் அவன்.. ப்ளீஸ்...”

மடக் மடக் கென வாங்கிக்குடித்தாள்

இன்னும் உள்ளே மிருதங்கம் அதிர ஆடிக்கொண்டிருந்தாள் வைஷாலி.

“அவங்க அப்படித் தான். ரொம்ப பேச மாட்டாங்க... நான்.. பேசிக்கிட்டே இருப்பேன்” விஜி.

(ஆமா.. எல்லோரும் வழியும்போதும்.. இவன் பேசாமலே இருந்தது தானே புடிச்சிருந்தது - வைஷாலி. மனதுள் ஓடியது)

“ரொம்ப அழுத்தம்,” விஜி.

(ஆமா. ஆழமா குத்திச் சிதைக்கிற அழுத்தக்காரன். - வைஷாலி.)

“ஒரு கெட்ட பழக்கம் கிடையாது” - விஜி.

(ஆனால் துரோகம் ஒன்னு போதுமே - வைஷாலி.).

வைஷாலிக்கு அந்த இடத்தை விட்டு ஓடி வேண்டும்போலிருந்து.

“எங்கப்பா உயிரக் காப்பத்துனவர்” - விஜி.

சட்டென நிமிர்ந்தாள் வைஷாலி. கடகடவென சொல்ல ஆரம்பித்தாள் விஜி.

“ஆமா.. நெசந்தென்.. எங்கப்பா ஒரு தியேட்டர் வச்சிருந்தாங்க... வர வர அதுல நஷ்டம்

இவுக அப்பா அங்க தான் கணக்கெழுத்திட்டு இருந்தாக, கடன் நிறைய ஆயிப்போச்சு,

எல்லாத்தையும் வித்து அடைச்சிட்டு... எங்கயாவது போயிடுவேன். இந்த பொண்ண என்ன செய்யனு அழுதிருக்காரு எங்கப்பா, இவங்க அப்பாகிட்ட.

மொதலாளி, தப்பா நினைக்கலேனா, மருமவளா, எம் வீட்டு மகாராணியா வச்சு நல்லா பார்த்துக்கிடுத்தோம்னு சொன்னதும்... எங்கப்பா ரொம்ப நன்றிய்யா னு கையெடுத்து கும்பிட்டார்...

“அய்யோ, மொதலாளி, அவன படிக்க வச்சதே நீங்க தானே னு எங்க மாமனாரும் சொல்லி,.. இவுககிட்டே கேட்க கூட இல்ல. அப்பா சொன்னதுக்காக படிக்க வச்ச கடனுக்காக” - விஜி.

(டேய்... அதான்... திடீர்னு காணாமப் போனியா... யெ வாழ்க்கையிலிருந்து. ராஸ்கல். சொல்லிட்டு போயிருக்கலாம்ல, அதானே. யெ செலக்சன் எப்படி தப்பா போவும்.)

உள்ளே அவன் மீது இருந்த ரவுத்ரக்குமிழிகள் மொத்தமாய் உடைந்தன.

“த்ருஷ்ட்டி. எ ல்லாம் சரியாய் போச்சு... இனிமே ஒன்னும் ஆகாது. நல்லா இருப்பிங்க” - வைஷாலி.

“டேங்ஸ்” - விஜி.

மனது எதோ முழு உற்சாகமாய் இருந்தது வைஷாலிக்கு... ஒரு பெரிய பாரம் இறங்கினாற்போல...

ஒரு பறவை போல உணர்ந்தாள், ரிசப்ஷனில் நின்று கொண்டிருந்த 3 வயது குழந்தையைக் கொஞ்சினாள்

பன்னீரில் நனைந்த பூக்கள் மெல்ல சிரிக்க
பொன்மேகம் சிவந்த வானம் எங்கும் மிதக்க
வசந்தம் வரும் கா... லம்
விழியில் வண்ண கோ... லம்
கூ கூ ... குக்கூ கூ
கூ கூ குக்கூ கூ
சத்தம் கண்டு சந்தம் கொண்டு பாட்டு பாடு குயிலே

மனது முழுதும் நிறைந்திருந்தது.

போனை எடுத்தாள்.

"சித்தி."

"சொல்லுமா"

"அம்மா அந்த மத்யமர் மேட்ரிமோனியல் ல எதோ வரன் பார்த்திருக்கேன் னு சொன்னதா சொன்னிங்களே."

ஆமா. அதுக்கு தான் நீ ஆங்காரமாய் இப்ப முடியாதுனு அந்த ஆட்டம் ஆடுனியே...

"யோசிச்சு பார்த்தேன்... பெரியவங்க சொல்லை எதுக்கு தட்டிட்டு, பேசி பார்க்கலாம்" என்றாள் வைஷாலி.

~

# முப்பிடாதி

"ஹலோ." என்றான் குமரன்.

"நாந்தாப்பா மாமா பேசுறேன். நாளைக்கு... இசக்கி இருக்கான்லா. அவன் மகன் மெட்ராஸ் ல தான் வேல பாக்கானாம்... அங்க யே ஒரு புள்ளைய பாத்துட்டான் போல. அதனால அங்கேயே கல்யாணம் வச்சுட்டாங்க...

இங்கேருந்து ஒரு இருவது பேர் தான் வரோம். நீ அட்ரஸ் அனுப்பு. நான் எப்படியாவது வந்துறேன். உங்களலாம் பாத்துட்டு. சாயங்காலமா அங்க போய் ரிசப்ஷன் ல கலந்துட்டு. அப்படியே எல்லோர் கூடவும் மறுநாள் ஊருக்கு வந்துருவோம்."

கணவதி மாமா என அழைக்கப்படும் கணபதி மாமா தான் பேசினார். இங்கோ நிலைமை சரியில்லை.

நாலு நாளாச்சு ராஜி சரியாய் முகம் கொடுத்துப் பேசி... இவர் வந்தால் அத்தனையும் நோண்டுவார்.

அம்மாவிடமும் சொல்லிவிடுவார். என்ன செய்யலாம் என யோசித்தான் குமரன்.

மாமாக்கு மீண்டும் போன் அடித்தான்.

"மாமா, எங்க 2 பேருக்கும் அன்னிக்கு அவங்க சொந்தத்துல ஒரு பங்சன் இருக்கு... போகலேன்னா தப்பாயிடும்."

"அப்படியாய்யா... சரி. அப்ப. மறுநாள் பாக்கலாமா?"... அவரும் விடவில்லை

"இல்ல மாமா. நான் உங்கள, ஊருக்கு போற அன்னைக்கு ரயில்வே ஸ்டேஷனுக்கு வந்து பாக்கேன்."

"சரிய்யா" என்றார் கணவதி மாமா.

"அக்கா, அவனே மறுநா ரயிலடிக்கு வந்து பாக்கானாம்" என்றார் கணபதி.

“கூறுகெட்டவனே, நீ ஒரு அப்பிராணி லா. அவ சொந்தக்காரங்க அங்க யாரும் இல்ல. யாம் வரவேண்டாம்னு சொல்தான்னு தெரியல. நீ நேரே அங்க போய் இறங்கு... என்னதான்னு பாப்போமே” என்றாள் முப்பிடாதி சிறிது கவலையோடு.

★★★

காலிங் பெல் ஒலிக்க ராஜி கதவை திறந்தாள்

“வாங்க” என்று கணபதியை வரவேற்றாள்...

“அவன் எங்கே?”

“ஆபிஸ்க்கு போயிட்டாங்க, இங்க எதும் வேலையா?”

பய ஒன்னும் சொல்லல போல என புரிந்து கொண்டார்.

“இங்க ஒரு கல்யாணம். நம்மூரு பய தான். பொண்ணு இங்க. அதான் ஒரு 20பேர் ஒண்ணா கிளம்பி வந்தோம். போன் அடிச்சேன். நம்பர் அதே தானான்னு தெரியல போகவே இல்ல. அதான் தகவல் சொல்ல வழியில்ல” என்று ஒரு பொய்ய சொன்னார் கணபதி.

“ஓ... சரிசரி” என்ற ராஜி... “குளிச்சு சாப்பிடுங்க சித்தப்பா” என்றாள்

“ஆமா... ரயில்ல வந்தது ஒரே கசகசன்னு இருக்கு” என்றபடியே குளிக்க போனார்.

நல்ல பெரிய ஹால் குளியலறை பெரிய டிவி... வசதியா தான் இருக்கான் என நினைத்து கொண்டார்.

சாப்பிடும்போது,

“இந்த டிவி எவ்வளவு த்தா?. நல்ல பெருசா இருக்கே”

“75 ஆயிரம்.”

“அடேயப்பா, அவ்வளவு விலையா...”

“இத வாங்கிட்டு ரெண்டு நாளைக்கு பேசல அவங்க... இத விட சின்ன டிவி 40 ஆயிரத்துக்கு இருக்கு. அது போதுமே னு நய் நயனு ட்டு இருந்தாங்க... இந்த வாஷிங் மிஷின் 35 ஆயிரம்... 13 ஆயிரத்துக்கு ஒன்னு இருக்கு. அத வாங்கலாமே னு சொன்னாங்க. இப்படி ஒவ்வொன்னு வாங்கயிலயும் தொண தொணப்பு தான். எங்கப்பா வாங்கித்தரேன்னு சொன்னப்ப வேண்டாம்னு சொல்லி ஒரே பிடிவாதம் இப்ப இப்படி வாங்குறதிலயும் நொய்நொய் னா கோபம் வராது?”

என்றவள் சிறிது இடைவெளி விட்டு,

“தங்க நகை வாங்கும் போது மட்டும் எதுவும் சொல்றதில்ல... சிலநேரம் அவங்களே கூட மோதிரம் வாங்கினேன். செயின் வங்கினேன்னு வந்து நிப்பாவோ.”

கணபதிக்கு பிரச்சனையின் மூலம் புரிந்தது...

“அம்மா... நீ கொஞ்சம் வசதி ல வாழ்ந்தவ... அவன் அப்டில்லம்மா... எங்க அக்கா கல்யாணம் பண்றப்போ கொஞ்சம் வசதியான குடும்பமாத் தான் இருந்துச்சு... அதுக்கப்புறம் தொழில் நொடிஞ்சுருச்சு. இந்த பயலுவ சின்ன பயலுவ...”

“ஆனா எங்கக்கா விடலையே... ராவும் பகலும் ஒழைக்க ஆரம்பிச்சிச்சு... காலைலயும் ராத்திரிலயும்... இட்லி வியாபாரம்... இடைப்பட்ட நேரத்தில் ஒரு மளிகை கடைல வேலை... இப்படி பம்பரமா சுத்தி வேலை பாப்பா. எங்க அத்தான் ஒரு கடையில கணக்கெழுத்திட்டுருந்தார்.”

“பயலுவளும் சும்மா சொல்லக்கூடாது... பெரியவனும் சரி சின்னவனும் சரி... அவ்வளவு தங்கம்... அம்மைக்கேத்த புள்ளெலுவோ... சட்டை கிளிஞ்சிருந்தா கூட அவனுவ பாட்டுக்குப் போட்டுட்டுப் போவணுவ, எங்கக்காவா தொவைக்கும்போது பாத்துட்டு ஏலே... கிளிஞ்சதுலாமா போடுதது... அம்மாகிட்ட சொன்னா தச்சு தருவம்லா னு சொல்லுவா...”

“ஒரு விஷேசத்துக்கும் அவளும் வரமாட்டா... புள்ளைலயும் அனுப்பமாட்டா... அத்தான் மட்டும்தான் வருவார்”

“எங்கம்மா போய் புள்ளைலுவளே ஒரு 10 நாள் கூட்டு போறேண்டி.... லீவுக்குனு சொன்னதுக்கு ஆடிட்டா ஆடி....”

“நீ கூட்டு போய் நல்ல சோறு போட்டு ருசி தேட வச்சிருவ... அப்புறம் இங்கயும் அதுவோ கேட்டா என்ன பண்ண? அப்டின்னுட்டா... இவனுவளும் “எங்கம்மா க்கு துணையா இருக்கனும் ஆச்சி, நாங்க வரல” ன்னுட்டானுவ. அம்மையும் மக்களும் அவ்வளவு வைராக்கியம்.”

“அதுல எங்கக்காக்கு அவ்வளவு பெருமை... எம்புள்ளய மாதி வருமான்னுவா”.

“ரொம்ப கஷ்டம் வந்தா முப்பிடாதியம்மன் கோயிலுக்கு போவா”

“என்னட்டி... என்ன அசைச்சு பாக்கியோ... அது மட்டும் நடக்காது... இந்தாரு... ஓம்பேர் குடி தான்... நான்... ஒன்னய விட குறைஞ்சவ இல்ல பாத்துக்கோ... எம்புள்ளையோ எப்படி வாரணுவணு பாக்கத்தானே போறேன்னு சொல்லிட்டு ஏலே பெரியம்மை திருநீறு பூசிக்கங்கல ன்னு சொல்லுவா... முப்பிடாதி அம்மனை அக்காவா தான் நினைப்பா...”

“அப்டி வளந்த பயலுவ... கொஞ்சம் சிக்கனமா தான் இருப்பான்... ஒரு தடவை சூடு பட்டுட்டா... அந்த தளும்ப பாக்கும்போதுல்லாம் வலிய ஒணருவாங்கனு சும்மாவா சொன்னாவோ...”

“தங்கம் வாங்கும்போது ஒன்னும் சொல்லல பாத்தியா... அத சேமிப்புனு நினைக்கான்... கொஞ்ச கொஞ்சமா மாறுவான்... வேற கெட்ட பழக்கம் எதுவுமில்ல லா... நீ தான் கொஞ்சம் பொறுமையா போனும் த்தா” - என்றார்...

★★★

குமரனுக்கு ஏனோ லேசாக தலைவலித்தது... ஒரு டீ குடிக்கலாம்... வந்து ப்ரோக்ராம் பண்ணலாம் என்று எழுந்தவன்... போன் சிணுங்குவதை பார்த்து... எடுத்தவன்... “எப்ப வருவீங்க” என்ற மெசேஜ், ராஜியிடமிருந்து கண்சிமிட்டலுடன்.

எப்ப வரணும் மேடம்

உடனே

சிரிப்புடன் அரை நாள் லீவு கேட்டுவிட்டு வீடு வந்தான்...

ராஜி புன்னகையுடன் கதவு திறந்தாள்...

எப்படி கேட்க... என்ன திடிர்னு? ம்ஹூம்... வேற எப்படி கேட்க என்றெல்லாம் யோசித்து திணறியவனுக்கு... ராஜியே பதிலளித்தாள்

“கணபதி சித்தப்பா வந்திருந்தாங்க”

திடுக்கிட்டான்...

“ஸாரி”

“எதுக்கு”

“சும்மா டா” - என்ற படி தோள் சாய்ந்தாள்.

கணபதி மாமாக்கு போன் செய்தான்...

மாமா

சொல்லுய்யா... நான் இசக்கி கல்யாண மணடபத்துக்கு வந்துட்டேன்

"கொஞ்சம் வெயிட் பன்னிருந்தா நானே கொண்டுவந்து உட்டுருப்பேனே"

"எதுக்குய்யா செரமம்..."

வேறென்ன பேச என தெரியவில்லை குமரனுக்கு...

"சொந்தம்னு இருக்கதே எல்லாத்தையும் சரி பண்ணத்தான் யா... ஒங்க மனசுவலுக்குலாம் ஒரு கொறையும் வராது பாத்துக்கோ... அப்படியே வந்தாலும் வாய் விட்டு சொல்லுடே... தாய்மாமன் நா இருக்கேன்... சும்மா வுட்ற மாட்டேன்... கேட்டியா" என்றார் கணபதி மாமா...

குமரனுக்கு கண்ணீர் வந்தது...

~

## பாப்பா பாடும் பாட்டு

"என்னடா செல்லம் அப்படி பார்க்குறே" - விஜய்...

"அம்மா... விளையாட கூடாதுனு திட்றா" - வெண்பா

"ஜனனி... ஏன் புள்ளைய திட்டுற" - விஜய்...

"ஆமா உடனே வந்துருங்க... அவ என்ன விளையாடுறானு தெரியுமா?"

"என்ன?"

வெண்பா பார்த்துக்கொண்டே இருக்க,

"சரி... அப்புறம் சொல்றேன்" என்றபடி குழந்தையை தூக்கி

"சாப்பிடுறியா?" என்க

"கௌஷிக்கும் ஆன்டிக்கும் கொடு, நானும் சாப்பிடுறேன்" - என்றாள் வெண்பா.

"யார் கௌஷி, ஆன்டி?" - விஜய்...

ஜனனி முகம் கோணி அழ ஆரம்பித்தாள்.

"ஏய்... என்னாச்சு... ஏன் அழற..." - விஜய்...

ஜனனி பதில் சொல்லாமல், வெண்பா க்கு சாதம் வைத்து, பொரியல் வைத்து கொடுக்க, அதை வாங்கி நேரே ரூமுக்கு சென்றாள்.

"கௌஷி ஆண்டி இந்தாங்க சாப்பிடுங்க" - வெண்பா.

விஜய் ஓடி சென்று பார்த்தான்... யாருமில்லை

ஒரு டெடி பொம்மை வெண்பா அருகில் இருந்தது...

அதற்கு ஒரு வாய், பின் வெற்றிடம் நோக்கி

"இந்தா கௌஷி இந்தாங்க ஆண்டி" - என்று சாதத்தோடு கை நீட்டினாள்

விஜய் மிரண்டு போனான்...

"இப்ப தெரியுதா... இப்படி தான் 3 நாளா நடக்குது... பயமாருக்குங்க" - ஜனனி.

"அங்க யாருமே இல்லையே" - விஜய்

"நான் பார்க்கிறேனே... எனக்கு தெரிவாங்கனேன்னு சொல்றா, பேயா இருக்குமோ... பயமா இருக்கு" ஜனனி.

"நேத்து நைட் கூட கதவு தட்டுற மாதிரி சத்தம் கேட்டுச்சு" என்றாள்.

விஜய்க்கும் லேசாக பயம் தொற்றியது...

என்ன சொல்வதென்றே தெரியவில்லை... போன் சிணுங்கியது...

"ஹலோ" - விஜய்.

"டேய் பரத் பேசுறேன் எப்படி இருக்கே?"

"ம்ம்... நல்லாருக்கேன்"

"என்னடா ஒரு உற்சாகமே இல்ல சொல் டா. என்ன விஷயம், வீட்ல சண்டை யா?"

"இல்லடா.." என்ற படி மெதுவாக மொட்டை மாடி வந்தான் விஜய்.

மனசு விட்டு நடந்தவை எல்லாத்தையும் சொன்னன் ...

"டேய் இதுக்கா பயப்படுறே... நத்திங் டு ஒரி... என் பிரென்ட் ரங்கா சைக்கியாட்ரிஸ்ட்... அவன்கிட்டே செக் பண்ணிக்கலாம்டா"

"டேய் என் பொண்ணு மெண்டல் ங்கிறியா"

"படிச்சவனா நீ? உடம்புக்கு சரியில்லைன்னு டாக்டர் கிட்ட போற மாதிரி, மனசு சரியில்லன்னாலும் போகலாம். ... தப்பே இல்ல. டேய். சொன்னா கேளுடா... ஒரு சிட்டிங் போலாம் அதுக்கப்புறம் முடிவு பண்ணலாம்" என்றான் பரத்.

வேண்டாவெறுப்பாய் சரி என்றான் விஜய்.

சிறிது நேரத்தில் போன் செய்து அப்பாயின்மென்ட் டைம் சொன்னான்.

★★★

“ஹாய் வெண்பா”

“ஹா... ய்... என் பேர் எப்டி தெரியும்..?”

“இப்படி க்யூட்டா இருந்தா அவங்க பேர் வெண்பா வா தான் இருக்குமாம்”

“பொய் சொல்... றி... ங்க... எங்க அப்பா சொல்லிருப்பாங்க” - என்றாள் வெண்பா

“ஸ்மார்ட் கேர்ள்... உங்களுக்கு புடிச்ச பெட் எது”

“D... O... G... DOG”

“என்ன DOG?”

“நிறைய முடியோட... வெள்ளையா க்யூட் ட இருக்கும்ல அது”

“ஓ”

“உங்களுக்கு புடிச்ச படம் எது?”

“காஞ்சனா, தேவி, அப்புறம் டோரா... அப்புறம்... அப்புறம்... மாயமோகினி”

டாக்டர் கவலையோடு அவர்களை பார்த்தார்.

கண்களால் வாசலை காண்பித்தார் டாக்டர்.

காலிங் பெல் ஒலிக்கவும்... மீண்டும் உள்ளே வந்தனர் விஜய் யும் ஜனனியும்.

“வெண்பா, பரத் அங்கிள் கூட பக்கத்து ரூம்ல பொம்மை, பலூன், பால் லாம் இருக்கு, போய் விளையாடுறிங்களா” - டாக்டர்.

அம்மா வை பார்த்தாள் வெண்பா... ஜனனி தலையாட்டியதும் சென்றாள்

“ரெண்டுபேரும் ஓர்க் பண்றிங்களா?” - டாக்டர்

“ஆமா டாக்டர்... இப்ப ஓர்க் ஃ ப் ரம் ஹோம்... முன்னாடி க்ரச்ல விட்டுட்டு போவோம்” - விஜய் நிதானமாய் சொன்னான்.

“வீட்டில என்ன மாதிரி விளையாட்டு விளையாடுவா?”

“அவ பாட்டுக்கு எதையாவது விளையாண்டுக்கிட்டு இருப்பா டாக்டர்...”

“உங்களுக்கு Horror movies புடிக்குமோ?”

“எஸ்... நெறைய கலெக்சன்ஸ் ஸே வச்சிருக்கேன்”

“குழந்தை வளர்ப்பு உங்களுக்கு விளையாட்டா போச்சா... கலெக்சன்ஸ் ஸே வச்சிருக்கேன்னு பெருமையை சொல்றிங்க... குழந்தை மனசுக்கு எது புரியுமோ, அந்த மாதிரி யான படங்கள், கார்ட்டூன்ஸ் ப்ரோக்ராம் தான் பார்க்க விடணும்... உங்க டேஸ்ட்க்குள்ள படங்களை அவ தூங்கும்போது பாருங்க... அவளுக்கு *Horror movies* எப்படி புரியும்? ஒரு படத்துல ஒரு ஆவி வருவதை நீங்க நம்பமாட்டீங்க. ஆனாலும் படம் பார்க்கிறப்போ பயம் இருக்கும். அப்புறம் போயிடும்... குழந்தைக்கு அதுவே மனசில இருக்கும். இப்ப வெண்பா அவளாவே கௌஷி, அவனோட அம்மா - ஆண்டினு 2 கேரக்டர் உருவாக்கி அவங்களோட விளையாடுறா, பேசுறா. இப்ப நீங்களே அவளுக்கு ரெண்டாம் பட்சம் தான். இப்ப அவளுக்கு தேவை பேசிக்கிட்டே இருக்க. ஒரு மனுஷன். உங்க ரெண்டுபேரோட அப்பா... அம்மா எங்க இருக்காங்க?”

“மதுரை ல டாக்டர்”

“ஒன்னு யாராவது ஒருத்தர் வேலைய விட்டுட்டு அவ கூடவே விளையாடுங்க பேசுங்க ஆடுங்க. கதை சொல்லுங்க, கதை கேளுங்க... இல்ல தாத்தா பாட்டிய வரவழைங்க...”

சிறிது நேரம் யோசித்தனர். அவர்களுக்குள் பேசிக்கொண்டனர்.

“ஓகே. ஜனனி பேரன்ட்ஸ் ஸ கூப்ட்டுகிறோம் டாக்டர்” என்றான் விஜய்.

“சரி... இப்பவே போன் பண்ணி கன்பார்ம் பண்ணுங்க. *As a doctor*, வெண்பாவை ஏமாத்த விரும்பல”

ஜனனி வெளியே போய் பேசிவிட்டு வந்து,

“வரேன்னு சொல்லிட்டாங்க.”

“குட்.”

காலிங் பெல் அழுத்த வெண்பாவும், பரத்தும் உள்ளே வந்தனர்.

“அம்மா பெரிய பெரிய பொம்மைலாம் பாத்தேனே” - என்றாள் வெண்பா.

“ஓஹ் சூப்பர்...” - ஜனனி...

“வெண்பா, உன்னோட ஆச்சி தாத்தா ஊர்லேருந்து வர்ராங்களாம் ஆனால் நீ அவங்க கூட மட்டும் தான் விளையாடணுமாம் கௌஷி, ஆண்டி லாம் போக சொல்லிடணுமாம் அப்ப தான் வந்து ஓங் கூட விளையாடுவாங்கலாம் நெறைய கதைலாம் சொல்வாங்களாம்” - என்றார் டாக்டர்.

கண்கள் விரிய “ஐ... ய்... ஜாலி... ஜாலி” என்று கைதட்டி சிரித்தாள் வெண்பா.

“அப்ப நான், கௌஷி ஆண்டிலாம் அவங்க வீட்டுக்கு போக சொல்லிருவேன்”.

டாக்டர் போன் அடித்தது.

**“பாப்பா பாடும் பாட்டு...**
**கேட்டு தலைய ஆட்டு...”**

- என்ற ரிங் டோனோடு.

~

# கண்மணி அன்போட

"அதெல்லாம் முடியாது, இந்த வருஷம் நிக்கணும்".

மதன் என்ற மதனகோபால் வகுப்புக்குள் நுழையும்போது இந்த வார்த்தைகள் தான் காதில் விழுந்தன.

என்னடா விஷயம் என்றான் நட்ஸ் ஸிடம் (நடராஜன்)

"நீயே கேளு"

"ஏ... என்னப்பா விஷயம்... ஏதோ சூடான பேச்சு மாதிரி இருந்துச்சு?"

"இந்த வருஷம் நாம எலக்ஷன்ல நின்னா என்ன?" - என்றான் சுந்தரன்.

"எப்போவும் தேர்ட்இயர் தானே நிப்பாங்க, செகண்ட் இயர்ல ஏன்?" - மதன்

"அப்டி ரூல்ஸ் இருக்கா".

"ரூல்ஸ் இல்ல, பட்ஒரு மெச்சூரிட்டி இருக்கும்லா"

"இப்ப இல்லங்கியா? உன்ன வச்சு முடிவு பண்ணாதே"

சூடானான் மதன் "சரி, என்ன செய்யணும்?"

"தேர்ட்இயர்ல நாம டூர் போவோம், ப்ராஜெக்ட் பண்ணனும், சோ, படிக்க நேரம் வேணும். எலக்ஷன்ல டைம் வேஸ்ட் பண்ண முடியாது. அதனால் இந்த வருஷம் டிப்பார்ட்மெண்ட் ரெப் (rep) போஸ்ட்க்கு நிக்குறோம்" - சுந்தரன்

"சீனியர்ஸ் கடுப்பாவாங்க" - மதன்

"அதனால? ஓ... பயப்படுறியா"

"சே... பயமெல்லாம் இல்ல... ஆனால் தேவையில்லாததுனு தோணுது"

"என்ன தேவையில்லாதது?"

"தேர்ட்இயர்ல நிக்கலாம்ல, அப்படி என்ன பெருசா படிச்சுரப்போறோம்"

"உன்ன வச்சு முடிவு பண்ணாதே"

மதன் கடுப்பானான்... "என்னவோ பண்ணித் தொலைங்க"

கல்லூரி ஒரு அத்துவான காட்டில்தான் இருந்தது. பேருந்து நிறுத்தத்திலுருந்து கல்லூரிக்கு செல்லவே பதினைந்து நிமிடங்கள் பிடிக்கும், பேருந்து நிறுத்தத்திலுருந்து ஒரு தார்சாலை செல்லும். அது முடியும் இடத்தில் ஒரு ஆர்ச் போன்று வளைவில் கல்லூரி பெயர் இருக்கும். அதன் நேரே சற்று தள்ளி ஒரு விநாயகர் கோயில் இருக்கும். நுழை வாயிலின் இடப்புறம் கட்டணங்கள் செல்லான் மூலம் செலுத்த, இந்தியன் வங்கி கிளை இருக்கும்... கல்லூரி முன் பக்கத்தில், கேண்டீன் அருகில் என நிறைய மரங்கள். இருந்தன. கேண்டீன் அருகில் இருக்கும் மரத்தின் நிழல் தாழ்வாரத்திலிருந்து கேண்டினுக்கு செல்ல அமைக்க பட்ட படிக்கட்டுக்கள் மீது விழும்.

அந்த இடம் தான் அரட்டை அரங்கம்.

பாண்டி, இயற்பியல் துறை இரண்டாம் ஆண்டு... அவனும் துணை தலைவர் தேர்தலில் நிற்கவேண்டும் என்க மற்ற நண்பர்கள் தயங்கி, யோசித்து சரியாய் வருமா, வெற்றி பெற முடியுமா என்றபடி பேசிக்கொண்டிருந்தார்கள்

"எய்யா சங்கரபாண்டி" என்று பாண்டி ஆச்சி மட்டுமே முழு பெயர் சொல்வார்கள். மற்ற எல்லாருக்கும் பாண்டி தான்.

"பாண்டி நல்லா படிப்பாம்ல, அதுவும் புரிஞ்சு, வெளங்கிகிட்டு" என்று ஏற்கனவே செந்தில் சொல்லியிருந்தான். செந்திலும், பாண்டியும் பள்ளி தோழர்கள்.

"ஏலேய், என்ன எல்லாரும் ஒரே மாதிரி யோசிக்கிய, எங்க க்ளாஸ்ல சுந்தரனும் ரெப்க்கு நிக்கணுங்கான். நீயும் நிக்கனுங்க, அதுவும் வி. பி க்கு. என்னாச்சுல, அதெல்லாம் தேர்ட் இயர்ல பாக்கலாம்,. இப்ப ப்ரியா இருப்போம்டே". என்றான் மதன்.

"நாளை என்பது கானல், இன்றென்பதே நிஜம் கண்டீர்,

தோழா! காதலுக்கும் போருக்கும் மீன மேஷம் ஏதடா".

பாண்டிக்கு தமிழ் பிடிக்கும்.

“அவ்வோ பெரியப்பா பெரிய தமிழ்பண்டிதர்ய்யா, சின்ன வயசுலயே போய் சேந்துட்டான். அவம் பேர்குடி க்கி தமிழ் வராமபோவுமா” இதுவும் பாண்டி ஆச்சி தான்.

காதல் என்றதும் சட்டென மனதுக்குள் மத்தாப்பு பூத்தது. அவனறியாது ஒருசிரிப்பு வந்து மதனுடன் ஒட்டிக்கொண்டது.

இப்போது கண்மணி என்ன செய்து கொண்டிருப்பாள் என்ற யோசனையோடு அவளின் சிரிக்கும் கண்களும் ஞாபகத்தில் வந்து தொலைந்தது.

மாப்ள குணா படத்துக்கு போவோமா என்பான் பாண்டி மதனை கிண்டலடிக்க வேண்டுமென்றால். குணா ரத்னாவில் ஓடிக்கொண்டிருந்தது.

கண்மணி அன்போட காதலன் நீ எழுதும் கடிதமே என்றும் ஓட்டுவான்.

பாண்டி அறிந்து கொண்டான்.

“என்ன மாப்ள, நாகர்கோவிலுக்கு பஸ்ஸ புடிக்காம போயிட்டு வந்துட்ட போல”

மதன் வெட்கப்பட்டான். மீசை அரும்பிய ஆணின் வெட்கம்.

இப்போது மதனுக்கு எதையும் எதிர்க்கவேண்டும் என்று தோன்றவில்லை.

“சரிடே, இறங்கி முடிச்சுருவம்.”

சுந்தரன், நட்ஸ், சீனு வர களைகட்டியது அரட்டைஅரங்கம்.

மதனுக்கு ஏனோ பெரிதாக அரட்டையில் ஈடுபாடில்லை. மனம் முழுவதும் நாகர்கோவிலில் இருந்தது.

“சரி நான் வீட்டுக்கு கிளம்புறேன்டா” என்று சைக்கிளில் ஏறி மீண்டும் எத்தனையாவது முறையாகவோ அந்த இனிய நினைவுகளை ஆசை போட ஆரம்பித்தான்.

முதன் முதலாய் கண்மணியை பார்த்தது, ஒரு ஸ்ட்ரைக்கின் போதுதான்.

தேர்வு கட்டண உயர்வை எதிர்த்து, மாணவர் போராட்டத்துக்கு விடப்பட்ட ஐடிசி யில் தான் (இன்டபினிட் க்ளோஸ் - காலவரையற்ற மூடல்)எப்போது கல்லூரி ஆரம்பிக்கும் என்று தெரியாததால் லோகு அண்ணன் ஐவுளி கடையை கொஞ்சம் பார்த்து கொள், அவனுக்கும் உதவியாக

இருக்கும் என்று அப்பா சொல்ல, வேண்டா வெறுப்பாக நாகர்கோவில் சென்றான். ஊரில் இருந்தால் தினமும் நண்பர்களுடன் அரட்டை அடிக்கலாம், சினிமா செல்லலாம். பார்த்த சினிமாவை அக்குவேறு ஆணிவேறாக அலசி பிழிந்து காயபோடலாம்.

நாகர்கோவில் இறங்கியதும் டீக்கடையிலுருந்து

"மாமர இலை மேலே
மார்கழி பனிபோலே
பூமகள் மடி மீது
நான் தூங்கவோ..."

என்று யேசுதாஸ் இளக, தூவானம் தூவி வானிலை களை கட்டிக்கொண்டிருந்தது.

லோகு அண்ணன் வீட்டுக்கு செல்வது இது தான் முதன்முறை. வீடு கண்டுபிடித்தாகி விட்டது. பூட்டி இருந்தது.

"அத்த வெளிய போயிருக்காங்க. நீங்க வந்தா கொடுக்க சொன்னாங்க. லோகு மாமா தம்பி தான நீங்க" என்ற படி சாவி கொடுத்தது ஒரு சிறுபெண். எட்டாவது படிக்கலாம்.

வீட்டுக்குள் சென்றான். குமுதம் இருந்தது, இது போதுமே. படிக்க ஆரம்பித்தான் சிறிது நேரத்தில் அண்ணன் மயினி இருவருமே வர பேசி சாப்பிட்டு தூங்கியாயிற்று.

காலையில் விழிப்பு வந்தும் சும்மா படுத்துக்கிடக்க சுகமாக இருந்தது நாகர்கோவில் வானிலை வேறு மப்பும் மந்தாரமுமாய் இருக்க கண்ணை மூடியபடி படுத்து கிடந்தான். தன்னை யாரோ பார்ப்பது போல இருக்க சட்டென போர்வை விலக்க, வாசலுக்கு வெளியே தண்ணீர் குழாய் அருகே தாவணியில் இருந்த அவள் மெல்லச்சிரித்து பின் தரை பார்த்தாள்.

"யான்நோக்கும் காலை நிலன்நோக்கும்..."

பாண்டியிடம் சொல்லணும் இரண்டாயிரம் வருசமா எதுவுமே மாறலலா... அதே மாதிரி நாம பார்த்தவுடனே மெல்ல சிரிச்சுகிட்டே தரையை பாக்கங்களப்பா. வள்ளுவர் கலக்கிட்டாரே டே என.

நல்லவேளை மாப்ள நீ சர்டிபிகேட் கொடுத்தே, இல்லனா பாவம்லா டே வள்ளுவர் என ஓட்ட கூடும்.

வந்த இடத்தில எதுவும் வச்சுக்ககூடாது என்ற உணர்வு வர தலையை உலுக்கி நினைவுகளை உதறினான்.

மதி பொன்னரசு | 123

கண்ணாடி பார்த்தான். ஒழுங்கா இருக்கனும்டா. மனதுள் சொல்லிக்கொண்டான்.

குளித்து கிளம்பி ஜவுளி கடை சென்றான். கடை பத்துக்கு இருபது சைஸ் இருக்கும். சுற்றி இரும்புரேக்குகள். அதில்தான் புடவை, பாவாடை, ஜாக்கட் துணிகள் அடுக்கி வைக்க வேண்டும் கீழே பாயில் உக்காந்து தான் வியாபாரம் நடக்கும். சிறியகடை தான்.

சரக்கு வந்து இறங்கியிருந்தது. அதை ரேக்கில் அடுக்கினான். அவளை மறந்தும் போனான்.

சாப்பிட்டு முடித்து மீண்டும் இன்னொரு சரக்கு மூட்டையை அவிழ்க்க துவங்கும் போது, கால், பக்கத்தில் மடித்து வைத்திருந்த இரும்பு சேரில் பட, அவன் காலின் மீது சேர் விழுந்தது.

“யம்மா” என்ற படியே காலை உதறினான். கால் விரலில் பட்டதால் லேசாக வீங்க ஆரம்பித்து இருந்தது. அண்ணன் பார்த்துவிட்டு வீட்டுக்கு போக சொல்லிவிட்டார்.

லேசாக கிந்தி கிந்தி (நொண்டியபடி)கடையிலிருந்து நடந்து வீடு போய் சேர்ந்தான்.

இருபது நிமிட நடை தூரம். இப்போதும் மயினி இல்ல.

**“கண்மணி நீ வரக் காத்திருந்தேன்**
**ஜன்னலில் பார்த்திருந்தேன்”**

- எங்கிருந்தோ வந்த ஜேசுதாஸ் குரலுடன் இணைந்து பாடினான்.

“ரொம்ப நேரமா காத்திருக்கீங்களோ” - இந்தமுறை காலையில் பார்த்த பெண் வந்து சாவி கொடுத்தது குறும்பு பார்வையுடன்.

“இல்ல... இப்பதான் வந்தேன்” - மதன்.

“காத்திருந்ததா பாட்டெல்லாம் பாடினீங்க, நான் தான் கண்மணி”

“அய்யயோ, நான் சும்மா பாடுனேன், உங்க பேர்லாம் தெரியாது” அவளுக்கு இவன் பதற்றம் வேடிக்கையாக இருந்தது.

“உங்கள பத்தி கேள்வி பட்டுருக்கேன்” என்றாள் கண்மணி.

“அதெல்லாம் பொய், நம்பாதீங்க, நான் நல்லவன்” என்றான்

"ஐய்யோ, எல்லாம் நல்லபடியா தான்"

"அப்ப நம்புங்க"

"ம்ம்... அப்புறம்" என்றாள். மதனுக்கு சற்று பயம் வந்தது. ரொம்ப பேசுறோமோ வந்தஇடத்தில என்று தயங்கினான். திரும்பி பூட்டை திறந்தான். வீட்டினுள் சென்றான்.

"நீளம் பூத்த ஜாலப் பார்வை மானா மீனா
நான்கு கண்கள் பாடும் பாடல் நீயா நானா"

"யார் சொன்னா என்னைப்பத்தி"

"எங்க ஆச்சி வீடு உங்க தெருவுக்கு அடுத்தத்தெரு. மீனாட்சி அண்ணன் அம்மாலாம் உங்கள பத்தி சொல்லுவாங்க அதுபோக அத்தை, மாமாலாம் சொல்லிருக்காங்க"

"என்னனு"

"உம்மணா மூஞ்சின்னு" என்று சொல்லிவிட்டு கலகலவென சிரித்தாள். முதல் முறையாக அவள் முகத்தை நன்றாக பார்த்தான்.

"சாரி, அப்டி சொல்லல, பேசவே மாட்டீங்க, அமைதியான பையன்னு சொன்னாங்க"

"வாடையில் வாடிய...
ஆடையில் மூடிய
தேன் நான்"

சிறிது நிறுத்தி, தலை சாய்த்து

"என்ன ரொம்ப பேசுறனோ" - என்றாள்

"இல்ல." - மனதுள் ஆமாம் என்று தோன்றியது.

"நீங்க வேற யாரோ மாதிரி இல்ல... அதான்"

சட்டென பொடதியில் அடித்த மாதிரி இருந்தது மதனுக்கு. இவ காதலையா சொல்றா? . எவ்வளவு அழகா சொல்றா. எல்லாமே புதிதாக அழகாக தெரிந்தது.

"கண்மணி நீ வரக் காத்திருந்தேன்
ஜன்னலில் பார்த்திருந்தேன்..."

- கஷ்டப்பட்டு பாடாமல் இருந்தான்.

சிரித்துக்கொண்டே"பரவாயில்ல பாடலாம்" என்றாள். அந்த கணத்தில் உறைந்தனர் இருவரும் சிறிது நேரம்.

மதி பொன்னரசு | 125

"நீங்க பேசவே மாட்டேங்கிறீங்க"

"என்ன பேச"

"உங்களை பத்தி"

"அதான் ஏற்கனவே தெரிஞ்சிட்டே, ஒருவேளை நான் பேசி அந்த அழகிய சித்திரத்தை அழிச்சிட்டேன்னா"

"ஓ, அப்ப மறைக்க நிறைய விஷயம் இருக்குபோல"

மதன் சிரித்தாலும் முகம் லேசாக சிவந்தது. அதையும் புரிந்து கொண்டாள்

"சாரி... சும்மா சீண்டுனேன்" அதே கலகல.

"கண்மணி அன்போட காதலன் நான் நான் எழுதும் Letter... ச்சி... மடல்... இல்ல கடுதாசி வெச்சுக்கலாமா?"

என்று அடுத்தபாடலாக குணா கமல் பேசினார்...

வெச்சுக்கலாமே என்று சொல்லி விட்டு சிரித்தாள்.

மதனுக்கு என்ன சொல்வதென்றே தெரியவில்லை. வந்தாள், சிரித்தாள், பேசினாள், வார்த்தையில் விளையாடுகிறாள்,

பெண்கள் துணையை காதால் தேர்ந்தெடுக்கிறார்கள் என்று எங்கோ படித்தது ஞாபகம் வந்தது மதனுக்கு. அவன் எல்லாவற்றையும் மறந்தான்.

"அப்படியா" என்றான்

"நான் அந்த பாட்டுக்கு சொன்னேன்" என்றாள் குறும்பு பார்வையோடு. மதன் வழிந்தான்.

"செம பாட்டுல... அதுவும் அந்த குகையை சுத்தி காட்டுறப்போ ஒரு மியூசிக் வருமே, அந்த இடத்துல காமிராவும் மியூசிக்கும்தான் லவ்வர்ஸ்" என்றான்.

"வாவ்... செமயா ரசிக்கிறிங்க... நானும் அந்த சீன் ரசிச்சேன்"

மதனுக்கு தன்னை மறந்து பாடுவது பிடிக்கும். வீட்டில் அப்பா இருக்கும்போதும் சிலநேரம் பாடி பின் அமைதியாவான்.

"எந்தன் காதல் என்னவென்று சொல்லாமல் ஏங்க ஏங்க அழுகை வந்தது..."

கூடவே பாடினான்... அவளும்...

"எந்தன் சோகம் உன்னை தாக்கும்
என்றெண்ணும்போது வந்த அழுகை நின்றது..."

அதற்கு பிறகு அங்கே எந்த தடங்கலும் இல்லை வார்த்தைகளுக்கு.

வழிந்தோடிய வார்த்தை பிரவாகம் தெருவெங்கும்.

"என்ன, தெருலயே நின்னுகிட்டு இருக்க, உள்ள வா" என்று அம்மா சொன்னவுடன் தான் மதன் வீடு வந்து விட்டதை உணர்ந்தான்.

மறுநாள் கல்லூரி செல்லும்போது கேண்டீன் மரத்தடியில் பாண்டி நின்று கொண்டிருந்தான். அவன் அருகே சீனுவும்.

"ஏ, என்னப்பா இங்க நிக்கிங்க" என்ற படி சைக்கிளை நிறுத்தி காலை ஊனியபடி கேட்டபோதுதான் கவனித்தான் இருவர் முகத்திலும் சிரிப்பில்லை. கூடவே மூன்றாவது ஆண்டு படிக்கும் முத்துராஜ், கலையரசனும் இருந்தனர்.

கலை ஒரு பெரியஇடத்து பையன். கல்லூரியில் அவங்க அப்பாவுக்கு நல்ல செல்வாக்கு.

"இந்த வருசம் நிக்காதிங்க, அடுத்த வருசம் நில்லுங்க, நாங்களே செலவெல்லாம் பார்த்துகிடுதோம்" என்றான் கலை.

"இல்ல, எல்லாரும் முடிவு பண்ணியாச்சு"

"கூடி பேசி மாத்துங்க"

பதில் சொல்லவில்லை பாண்டி. ஆனால் ஒரு தீர்க்கம் இருந்தது முகத்தில்.

"ஏ, வாங்கடே க்ளாஸ் போலாம்" என்றான் மதன் சூழ்நிலை மாற்ற.

"நல்ல முடிவை மத்தியானத்துக்குள்ள சொல்லு" - கலை.

மத்தியானத்துக்கு பின்னும் முடிவில் எந்த மாற்றமும் இல்லை என்றான பின் கலை அட்டெண்டரிடம் தேர்தலில் தீவிரமாக இயங்கும் நபர்களின் விலாசம் கேட்டதாக அட்டெண்டர் வந்து பாண்டி வகுப்பில் சொன்னார்.

"ஏன் டே, தேவையில்லாம பிரச்னை பன்னுதியோ, அவன் பணக்கார பையன், இப்ப விட்டுகுடுங்கடே, உங்களுக்கு தான் அடுத்த வருஷம் இருக்குல்லா"

நம்மள என்ன மிரட்டுதனுவலா, போட்டு பாத்துருவோம்ல, நாமளா, அவனுவலானு“பாண்டி ஆவேசமாய் கத்தியதை செந்தில் மதனிடம் சொன்னான்.”

“உன்ன உங்க தெருவுல வந்து தொட்டுற முடியுமா?” - செந்தில்

“அது முடியாது” என்று மதன் சொல்லிவிட்டு முடியும் தான் என மனதுக்குள் நினைத்தான். வானிய தெருவில் இருக்கும் பரமாவை போய் பாக்கணும், தேர்தல் முடியும் வரை தெரு முனையில் நிக்கசொல்ல வேண்டும் பாதுகாப்புக்காக என்றெல்லாம் நினைத்து கொண்டான்.

மாலை 4 மணி. என்னவெல்லாம் செய்ய வேண்டும் என லிஸ்ட் போட்டார்கள்.

போஸ்டர், நோட்டீஸ் அடிக்க வேண்டும், முக்கியமாக சிந்தாமல் சிதறாமல் ஜூனியர்ஸ் ஓட்டு அள்ள வேண்டும், எல்லா டிபாட்மென்டிலும். சீனியர் ஓட்டுகள் அவர்களுக்கு சென்றாலும் முதல், இரண்டாம் வருட மாணவர்கள் ஓட்டு போதும்.

வணிகவியல் இரண்டாம் வருட மாணவன் இசக்கிய செயலர் பதவிக்கு நிறுத்துவது என்று முடிவானது. அதனால் அவர்கள் ஓட்டும் அப்டியே கிடைக்கும். அங்கேதான் வாக்குகள் அதிகம்.

நோட்டீஸ், போஸ்டர் பொறுப்பு மதன் வாங்கி கொண்டான்.

லட்சுமி பிரின்டர்ஸ் வெங்கட் அண்ணனிடம் போனான், கவிதையாய் சில வரிகள் கொடுத்தான் பெயர்கள் கொடுத்தான். நாளை காலை ப்ரூப் பாக்கவும், மாலை வாங்கி கொள்ளவும் சொன்னார். எங்கெல்லாம் ஓட்டுவது என்று இடம் யோசித்து நோட்டில் எழுதினான். மறுநாள் மாலை போஸ்டர் எடுத்துக்கொண்டு பாண்டி வீட்டுக்கு போனான்.

“பேட்டை ரோட்ல தாம்ல நெறைய ஓட்டணும், கலை வீடு அங்க தான் இருக்கு. எங்க திரும்பினாலும் நம்ம போஸ்டர் தான் இருக்கனும்”என்றான் பாண்டி.

பேசி கொண்டிருக்கும்போது மீனாட்சி வந்தான்.

கண்மணியின் ஆச்சி வீட்டுக்கு எதிர் வீட்டில் இருப்பவன்

"கண்மணி வந்திருக்கா, 2 நாள் இருப்பா போல, எங்கம்மை சொல்லிச்சு, நீ வரியா" என்றான் மீனாட்சி சுந்தரம்.

இன்னும் மூணு மணிநேரம் முழித்தால் போஸ்டர் ஒட்டி விடலாம், அதன் பின் தூங்கி ப்ரெஷாக கண்மணியை பாக்கலாம் என மதன் முடிவு செய்தான்.

"இல்ல, நீ போ, நாளைக்கு காலையில் வாரேன், கொஞ்சம் வேலை இருக்கு" - மதன்

வேலைகள் முடிந்து விட்டன. மதன் தன் பணியை சுத்தமாக செய்து விட்டதாய் பெருமிதம் கொண்டான்.

காலையில் குளித்து சாப்பிட்டு மீனாட்சி வீடு சென்றான். கண்மணி அன்போட பாடலை விசிலடித்து கொண்டே.

"மீனாட்சி" கத்தி கூப்பிட்டான். சவுண்டு கேட்டா வருவாள்ல என்று அவள் ஆச்சி வீட்டை பார்த்தான்.

பூட்டி இருந்தது. கோயிலுக்கு போயிருப்பாவோ என நினைத்தபோது, மீனாட்சி வந்தான்.

"எங்கடா, யே அம்மண காணோம்"

"அவங்க சின்ன ஆச்சி யாரோ இறந்துட்டாங்களாம், எல்லோரும் காலையில தகவல் வந்ததும் மொத பஸ்க்கு போயிட்டாங்க"

தப்பு பண்ணிட்டமோ, நேத்தே ஒரு எட்டு (தடவை) வந்து பாத்துட்டு போயிருக்கலாமோ சே மதன் மனதுள் பதறினான்.

"நேத்து நான் வந்ததும் கேட்டா, உன்னைய வேலையா இருக்கான், நாளைக்கு வருவான்னு சொன்னேன்" என்றான் மீனாட்சி.

"அடப்பாவி, பாக்கலேன்னு சொல்லிருக்கலாம்லாடா"

"நா தான் உன்னைய பாத்தனே" என்றான்

"உனக்குல்லாம் ஜென்மத்துல... ..."

"என்ன"

"ஒண்ணுமில்ல" என்றபடி கிளம்பினான் மதன்.

என்னலாம் சொல்லலாம், எப்படி சமாளிக்கலாம், எப்படி அவளை பார்ப்பது என்றே யோசித்து கொண்டிருந்தான். கல்லூரி வந்ததும் தேர்தல் களேபரத்தில் மும்மரமானான்.

மதி பொன்னரசு | 129

ஒவ்வொரு வகுப்பாக சென்று வாக்குகள் கேட்டார்கள். மறுநாள் வாக்குப்பதிவு.

தேவராஜ் சார் தேர்தல் அதிகாரியாக இருந்தார். வாக்குகள் எண்ணப்பட்டன. கீழே மாணவர்கள் அனைவரும் கூடியிருக்க முதல் தளத்தில்வாக்குகள் என்னும் பணி நடை பெற்று முடிவுகள் அறிவிக்கப்பட்டன. பாண்டி 35 வாக்குகள்,. சுந்தரன் 25 வாக்குகள் வித்தியாசத்தில் வெற்றி பெற்றனர்.

பாண்டி, சுந்தரனை மாணவர்கள் தூக்கி கொண்டாட, மதனுக்கு கண்மணி ஞாபகம் அதிகம் வந்தது. "மாப்ள, உன்னால் தாண்டா" என்றான் பாண்டி.

"அதெல்லாம் ஒன்னுமில்ல" என்று சொன்னாலும் மனதில் ஒரு பெருமிதம் வந்தது

முதல் வெற்றி, கண்மணிக்கு சொல்லனும், என்னலாம் பண்ணினோம், எப்படிலாம் சுத்தி சுத்தி உழைச்சோம்னு.

யார் யாரிடமோ என்ன என்னமோ பொய்களை சொல்லிவிட்டு நாகர்கோவில் சென்றான். திடீரென வந்த மதனை பார்த்து லோகு அண்ணன் அதிர்ந்து என்ன என்றார். அவரிடமும் எதோ பொய் சொன்னான்.

மாலை கண்மணி படிக்கும் கல்லூரி அருகில் நின்றான். கண்மணி முதலில் பார்க்கவில்லை,

இவனாக கூப்பிட்டதும் திரும்பி பார்த்தவள், வந்தாள், முகத்தில் சிரிப்பில்லை.

"என்ன?"

"ஒன்ன பாக்கத்தான் வந்தேன்"

"எதுக்கு"

என்ன பதில் சொல்வதென்றே தெரியவில்லை மதனுக்கு.

"என்ன, எதுக்கு"

"என்னை எதுக்கு பார்க்கணும், அதான் ஒங்களுக்கு பாக்க வேண்டிய வேலை நெறைய இருக்கே"

"ஐய்யோ, ப்ளீஸ், கொல்லாத கண்மணி, வெரி வெரி சாரி, நான் காலையில வந்தப்போ நீங்க எல்லோரும் கிளம்பிட்டதா மீனாட்சி சொன்னான்"

“சாவுக்குகூட போகாம நீங்க வருவீங்கன்னு இருந்துருக்கணும்ல”

“அச்சோ, அப்படி இல்லமா, சரி, அதான் இப்ப பார்த்துட்டோம்ல, விடேன்...”

“ஓ, ஐயா ப்ரியா இருக்குறப்போ டைம் பாஸ் பண்ண வருவீங்க, எப்படா வருவீங்கன்னு நாங்க காத்துட்டு இருக்கனும், அப்டி தானே”

“ஏய், என்னப்பா, என்னன்னவோ பேசுற, ஒரு பர்ஸ்ட் சக்சஸ உன்கிட்ட சொல்லலாம்னு வந்தா”

“எது போஸ்டர் ஒட்டி, எலக்ஷன் வேலனு பொறுக்கித்தனம் பண்ணுனதையா”

பொறுக்கித்தனம் என்று சொன்னது மனதில் உறுத்தினாலும்

“ஹே... ய் ப்ளீஸ், எனக்கு எப்படிப்பா தெரியும் நீங்க சட்டுனு கிளம்புவீங்கன்னு”

“ம்ம், எங்க சின்னாச்சி உங்ககிட்டே சொல்லிருக்கணும், நான் சாவ போறேன், அவள போய் பாருன்னு”

“நீ கோவத்துல இருக்கே, கோவம் குறையட்டும், நாளைக்கு பார்க்கலாம்”

“ரொம்ப யோசித்துதான் சொல்றேன், நாளைனு ஒன்னு நமக்கில்லை”

சட்டென, வந்த பேருந்தில் ஏறினாள். எல்லாமும் முடிந்தது போலிருந்தது.

எதையும் யோசிக்க முடியவில்லை. தேர்தல் வேலைக்கு நடுவே இவளை வந்து பார்த்திருக்கலாம். பாண்டி, சுந்தரன் தேர்தலில் நிக்காம இருந்திருக்கலாம்.

யோசிக்க யோசிக்க தலைவலி வந்தது. நாளை ஒரு நாள் இருந்து மீண்டும் சமாதான படுத்தலாம் என்று தோன்றியது.

லோகு அண்ணன் வீடு வந்தபோது அவள் வீடு பூட்டி இருந்தது. எப்படி கேட்க என்று தெரிய வில்லை. மெதுவா கேப்போம் அப்புறமா என்று நினைத்தான்.

மயினியே சொன்னார்கள் “அவங்க வீட்டில் எல்லாரும் அவங்க சின்ன ஆச்சிவீட்டுக்கு விசேஷத்துக்கு போயிருக்காங்க, மூணு நாள் ஆவும் வர.”

மூணு நாள் இங்க இருக்க முடியாது, என்ன சொல்லிட்டு இருக்க.

"சரி மயினி, நான் கிளம்புறேன்"

திருநெல்வேலி பஸ்ஸில் ஏறினான். ஜன்னலோர சீட்.

**"பாட்டுக்கொரு ராகம் ஏற்றி வரும் புலவா**
**உனக்கேன் ஆசை நிலவவள் மேலே"**

- பஸ்ஸில் பாடல் ஓடி கொண்டிருந்தது

அடப்பாவிகளா அதுக்குள்ளே ரேடியோ ஸ்டேஷன் வரைக்கும் போயிடுச்சா நம்ம பிரச்சனை என்று மதனுக்கு விரக்தியுடன் சிரிப்பு வந்தது.

எப்போது தூங்கினான் என்று தெரியவில்லை. இறங்க வேண்டிய இடம் தாண்டி விழித்தான். சரி, தொண்டர் சன்னதியில் இறங்கி சதர்ன் டீஸ்டாலில் ஒரு டீயை சாப்பிடுவோம் என முடிவெடுத்து இறங்கி அண்ணே, ஒரு டீ என்ற போது பாண்டியின் தாய்மாமா வந்தார்.

"மருமவனே எப்படி இருக்கியே" என்றார். லேசான போதையில் இருந்தார்.

"சந்தோசம்பா, அந்த தெருக்காரனுவல ஜெயிச்சுட்டிய, ஓங்க ஓழைப்பு ப்ரமாதம்னு பாண்டி சொன்னான். கலை அப்பங் காலத்திலிருந்து அவனுவளே எல்லா எலக்ஷன்னுலயும் ஜெயிக்கணுமாம், அதென்ன சட்டமா? அதான் பாண்டிய நிக்க சொன்னோம் வம்படியா. என்ன ஆட்டம் ஆடினானுவ? இப்ப வச்சாச்சுல ஆப்பு. என்றார்...

சதர்ன் டீ ஸ்டால் ரேடியோவில "கண்மணி அன்போட..." பாடல்... ஓடி கொண்டிருந்ததது.

~

# தேவான

பரிதாபமாக முழித்துக்கொண்டு, செல்லையாவின் கால, கால, சுத்தி வந்துகொண்டிருந்தது குட்டிதேவான.

அதற்கு என்ன புரிந்தது எனத் தெரியவில்லை. இன்று காலையிலிருந்தே அப்படியாகத் தான் இருக்கிறது.

செல்லையாக்கு மனசே இல்லை. பார்வதி பிடித்தப்பிடியாய் இருக்கிறாள்.

"எனக்கு மட்டும் என்ன ஆசையா என்ன? வேற என்ன வழி இருக்கு? மொதல்ல, பெரியவனுக்கு முடி எடுக்க முடியல... இப்ப சின்னவன் வேற ரெண்டுபேருக்கும் சேந்து இந்த மாசம் முடி எடுத்தே ஆவணும். நாம என்ன ராச பரம்பரையா, வெள்ளித்தட்டு, தம்ப்ளர்னு. விக்க. சந்தை க்கு போய் வித்துட்டு, அப்படியே புது துணிமணியும் எடுத்துட்டு வந்துருங்க" – என உறுதியாய் சொல்லியிருந்தாள்.

எப்போதும் கூடவே உற்சாகமாய் ஓட்டிக்கொண்டு வரும் குட்டி தேவான, இன்று என்னவோ கயிறை கட்டி இழுக்கவேண்டியதாய் இருந்தது...

உச்சி வெயில் வேறு தகித்தது. செல்லையாவின் மனம் அதைவிட தகித்துக்கொண்டிருந்தது...

"யே... அங்க நல்ல வெல கிடைக்கும் டே... அத விட்டியானா முக்கூடல் சந்தைக்கு தான் போனும்..." – வேலுச்சாமி சொல்லியிருந்தான்...

"இங்கேரு, தெம்பா போய் நில்லு. பணமுடைனு முகத்துல தெரியக் கூடாது பாத்துக்கோ. தெரிஞ்சா அடிமாட்டு வெலைக்கு கேப்பானுவோ. வியாவாரி கணக்கா பேசு... கேட்டியா... நாங்கூட வந்துருவேம். ஒரு வேலையா சங்கரன்கோயிலுக்கு போறேன், அதாம் வர முடியல..." – வேலுச்சாமி.

யாரிடமாவது கடன் கேட்கலாம் என்றால் இதுவரை அப்படி கேட்டு பழக்கமே இல்லாதது ஒரு தடைக்கல்லா அவன் மனசுல அடைச்சிக்கிட்டு.

மேலப்பாளையம் சந்தை களை கட்டியிருந்தது.

நீ துள்ளி வரும்
மானினத்தின் தோழியடி
சிறு துன்பம் என்றால்
எந்தன் நெஞ்சில் காயமடி
சின்ன தங்கம்
எந்தன் செல்ல தங்கம்
ஏன் கண்ணு கலங்குது...

தூரத்து டீ கடையில் பாடல் ஒலித்துக்கொண்டிருந்தது.

செல்லையாக்கு மனசு விம்மியது...

தேவானைக்குப் புடிச்ச பாட்டு...

"சும்மாச் சொல்லக்கூடாது, செல்லையா தேவான மாதி ஒரு அண்ணன் தங்கச்சிய பாக்கமுடியாது... அம்மா அப்பா இல்லாட்டாலும், ரெண்டும் அவ்வளவு பாசமா இருந்து, கிடைக்க வேலையெல்லாம் பாத்து, இன்னிக்கு எதோ இந்தளவு வந்துருக்குன்னா, சாதாரணமில்ல." - எதிர்வீட்டு மூக்கம்மா ஆச்சி மெச்சிக்கொள்ளும்.

"நம்ம அம்மை கை பக்குவம் அப்டியே இருக்குத்தா ஒனக்கு" என்று எப்போதும், செல்லையா தேவான சமையலை பாராட்டியே சாப்பிடுவான்.

அப்படி சமைப்பதிலாகட்டும், சிக்கனத்தில் ஆகட்டும் பாசத்தைக் கொட்டுவதிலாகட்டும், தேவான ஒரு தாயைப் போலத் தான். செல்லையாவும் சளைச்சவனில்ல... தங்கையை பெத்த புள்ளமாதிரி பார்த்துக்கிடுவான்.

அவ நினைவாகவே தான் இதற்கு குட்டி தேவான என பெயர் வைத்தான்.

சந்தையை சுத்தி முத்தி ஒரு பார்வை பார்த்தான்.

தூரத்தில் தேவான புருஷன் மாதிரி ஒருவன் ஒரு வியாவாரியிடம் பேரம் பேசிக்கொண்டிருப்பது பார்த்து பதறினான்.

அவனுக்குத் தெரியக் கூடாது என மரத்துக்கு பின் மறைந்துகொண்டான்.

தேவான எப்படி இருக்காளா தெரியல. போய் பார்த்தே மூணு மாசம் ஆவுது.

அவங்க தெரு நெல்லவடிவு ஒரு விசேஷத்தில் பார்த்து,

"யே, அவம் என்னடே சும்மா சும்மா கைய நீட்டிட்டு இருக்காம்" என்று சொன்னதுதான் தாமதம். செல்லையா கொதித்துவிட்டான்...

உடனே பஸ் புடிச்சு இடைக்காலுக்கு வந்து, தங்கச்சி புருசனிடம் கேட்க, வாக்குவாதம் முத்தி அடிதடியாப் போச்சு... ரெண்டுபேரையும் பிரிக்க படாதபாடு பட்டு பிரித்தனர் அக்கம்பக்கத்தினர்.

"இப்ப ஊருக்கு போய்யா... அப்புறமா பேசிக்கலாம்" என இவனை அனுப்பி வைத்தனர்.

"யே, அவம் துண்டை விட்டுட்டு போராம் பார்"னு யாரோ சொல்வது அவன் காதில் விழவில்லை.

வீட்டில் வந்து அப்படியே படுத்தான். அழுகையாய் வந்தது...

"நான் வந்தப்புறம் இன்னும் அடிப்பானோ" - அழுகையோடு பார்வதியிடம் கேட்டான்.

"அப்படியெல்லாம் ஆவாது... செரி... நீ என்னாத்துக்கு தனியாப் போனே... வீரைய்யா மாமனை கூட்டுப் போயிருக்கலாம் லா?"

அவனுக்கும் அப்போது தான் உறைத்தது. வீரய்யா மாமன் தன்மையாய் பேசக்கூடியவர். வயசாளி.

ம்ம் மே... என்று எதோ ஒரு பதட்டத்தில் ஈனசுவரத்தில் கத்திக் கொண்டிருந்தது குட்டிதேவான.

சுயநினைவுக்கு வந்தவன், தங்கச்சி புருஷன் நகர்ந்து தூரமாய் போனதும், அந்த வியாபாரியிடம்

"அண்ணாச்சி, அவரு என்ன கேட்டு போறாரு?"

"வேற என்னத்த ஆட்ட தாம். பாதிக்கு பாதி கேட்டா எப்படி கொடுக்க."

அண்ணாச்சி, இந்த ஆட்ட அவர் கேக்குத வெலைக்கு கொடுத்துருங்க அண்ணாச்சி, நல்லாருப்பியோ...

எதுக்கு அப்படி கொடுக்க? யார் அவரு? சொந்தமா?

எம் மச்சான், தங்கச்சி புருஷன்

பெரிய சொந்தம்லா... செரி... ... என்றதும்

குட்டிதேவான கயிறை அவரிடம் கொடுக்க, குட்டிதேவான செல்லையா பக்கம் வர துள்ளியது...

வியாபாரி இன்னொரு ஆளை விட்டு செல்லையா மச்சானை வரவைத்து பேரம் பேசி கொடுப்பது தெரிந்தது.

மச்சான் போனபின் செல்லையா அந்த வியாபாரியிடம் சென்று பணத்தை வாங்கிக் கொண்டு

“கமிஷன் எவ்வளவு அண்ணாச்சி?”

“ஒன்னும்வேண்டாம்... எங்களுக்கும் ஒடம்பொறந்தா உண்டும்... போவும்...” என்றார்

செல்லையாக்கு மனசு நிறைந்தது... கண்ணீர் தளும்பியது. கையெடுத்துக் கும்பிட்டுக் கிளம்பினான். இந்த பாசம் தான் ஒலகத்துக்கு அச்சானி என்பார் வீரய்யா மாமன். குட்டிதேவான சரியான இடத்துக்கு தான் போவுது. முடி எடுக்க, தேவான யையும் அவ புருஷனையும் புதுத்துணியோட போய் கூப்பிடனும்... இத சாக்குவச்சு ஒன்னு சேந்திரனும்... என்றெல்லாம் நினைத்துக்கொண்டான்.

எல்லா கொண்டாடட்டமும் மக்கள் மனுசங்க ஒன்னு சேரத்தாம் - வீரய்யா மாமன் சொல்லுவார்

“ம்ம்ம் மே” என்ற சத்தம் கேட்டு, தேவான புருவம் உயர்த்தி வாசலைப் பார்க்க

குட்டிதேவான கத்திகொண்டே அங்குமிங்கும் ஓடி, கொடியில் கிடந்த செல்லையாவின் துண்டைபார்த்ததும், அதன் அருகில் நின்றுகொண்டு கத்த ஆரம்பித்தது...

“இங்கேரு, 3 மாசம் ஆச்சு... நீ மூஞ்சி கொடுத்து பேசி... நாஞ் செஞ்சதும் தப்புதாம்... மேலப்பாளையம் சந்தைக்கு சும்மா எ சேக்காளி கூட போனெம்லா... அங்க உங்க வீரய்யன் மாமனை பார்த்தேன்... அவருதாம் ஒங்க அண்ணனும் வருத்தப்பட்டார்னும், பயலுவளுக்கு ஒன்னு ரெண்டு மாசத்துல முடி எடுப்பாவோ போல... அதுக்கு எப்படியும் மச்சானை வரிசை வச்சு கூப்புடுவேன்னு சொல்லிக்கிட்டு இருந்தாராம்... அதாம் இந்த ஆட்டுக்குட்டியை வாங்கிட்டு வந்தேன்... மொய் செய்ய...” என்றதும்

“மாமா... நெசமா மாமா” என்று ஆச்சரியத்தில் கத்தினாள் தேவான.

“ஆமா தேவானக் குட்டி” எனறதும் குட்டிதேவான திரும்பி பார்த்தது.

~

# A Film By

*(எச்சரிக்கை - இது ஒரு 1998 அழகிய காதல்கதை)*

"**வா**ரும் வே... எப்போ வந்தேரு?"

"நேத்து காலைல வந்தேன் தாத்தா, நல்லாருக்கியலா?"

"இருக்கம்யா எதோ. வயசாயிட்டுலா..."

ஆனந்த்,, முத்தையா தாத்தாவிடம் பேசி விட்டு கல்யாண மண்டபத்தில் நுழையும்போதே, மற்றவர்களை முந்திக்கொண்டு இளையராஜா வரவேற்றார்.

**குருவாயூரப்பா... குருவாயூரப்பா...**
**நான் கொண்ட காதலுக்கு நீ தானே சாட்சி**

அடுத்ததாக குமார்,

"ஏ, என்ன இபபதான் வாரியா நீ மேலே போ... நான் மார்க்கெட் வர போய்ட்டு வந்திருதேன் இப்ப சொல்லுதாவோ இலை கட்டு வேணும்னு."

"சரி. நானும் வரேன்."

வண்டி சீறியது...

இலை கட்டுடன் பின் படி வழியாக மேலே கொண்டு போய் போட்டார்கள்

"தவசிப்புள்ளட்ட கொடுத்துருங்கப்பா ...ஏ பந்திய ஆரம்பிச்சுரலாமா..." என்றார் சேகர் சித்தப்பா...

"ஆமா மச்சான்... மணி 11.30. இப்ப ஆரம்பிச்சா... சரியா இருக்கும்..."

**நீ பாதி நான்பாதி கண்ணே**
**அருகில் நீயின்றிதூங்காது கண்ணே -**

பாடல் மண்டபத்தில் ஒலித்துக் கொண்டிருந்தது.

மாப்பிள எப்ப வந்தே... தப்பி எப்ப வந்தே என வித விதமான விசாரிப்புகளுக்கு பதில் சொல்லி கொண்டே வேலைய செய்து கொண்டிருந்தான் ஆனந்த்...

ஆனந்த் சென்னையில் வேலை பார்க்கிறான்... போய் நான்கு வருடம் ஆகிறது இன்னும் சரியாக செட்டில் ஆகவில்லை... அவ்வப்போது நண்பர்கள் தரும் கடனில் வாழ்க்கை போய் கொண்டிருக்கிறது.

கீழ் வீட்டு சுந்தர் அண்ணன் கல்யாணம் இது அதுபோக மே மாசம் திருமணம் என்றால் குழந்தைகளோடு வெளியூரில் இருப்பவர்கள் கூட வந்துவிடுவார்கள்.. என்பதால், வருடம் 1 முறையாவது மே மாதம் எதாவது ஒரு உறவின் கல்யாணத்துக்கு வருவது போல வைத்துக்கொள்வான்.

ராஜ் அண்ணன் வழக்கம் போல சாத சட்டியை தூக்கிவிட்டார் ஒத்த ஆளா சாதம் பரிமாற தனி திறமை வேணும் அடுத்து சாம்பார் எடுத்துக் கொண்டான் ஆனந்த்... ஊற்றுவது எளிது.

பரிமாறுவது ஒரு கலை. பொரியல் எளிது. அவியல் சற்று கடினம். மொத்தமாக வரும். அல்லது வரவே வராது. நிறைய வைத்து வீணாக போய்விடும். கடைசி பந்திக்கு இல்லாமல் போய்விடும்... ஒரு இலைக்கு பரிமாறவே நேரம் ஆகும். எனவே சாதம், அவியல் போன்றவை அனுபவமுள்ள கைக்கே போகும்.

முன்பெல்லாம் உறவினர்களும் நண்பர்களுமே பரிமாறுவர்... அதில் கூடுதல் நெருக்கம் வேறு வரும்

சாம்பார்... சாம்பார் என்ற குரல் கேட்க... அங்கே சென்று அவர்களுக்கு ஊற்றினான்...

அடுத்து அடுத்து ஊற்றிவிட்டு திரும்ப

மீண்டும் சாம்பார்... சாம்பார் என்றது அதே குரல்...

பக்கத்தில் போய் எம் பேர் ஒன்னும் சம்பாரில்லை என்றான்...

அப்ப ரசமா என்றாள் சிரித்தபடி.

இப்ப இதுக்கு நாம இப்படி பேசினோம் என யோசித்தான் ஆனந்த்...

"ஏய்யா... எப்படி இருக்கப்போ?"

"நல்லாருக்கேன் ஆச்சி"

“இது யாருனு தெரியலையா, எம் பேத்தி... எங்க சின்னவ சாந்தி மவ... குத்தாலம் காலேஜ் ல படிக்கா” என்றது ஆச்சி...

ஓ... என்ற படி லேசாக தலையாட்ட, அவளோ சிரித்தாள்...

**சொர்க்கத்தின் வாசற்படி**
**எண்ணக் கனவுகளில்**

- பாடல் மண்டபத்தில் ஒலித்துக் கொண்டிருந்தது

“சாம்பார்...” - அவளே தான்...

“என்ன... ச்சீ... யாருக்கு?” என்றான்

வாய்க்குள் சிரிப்பை அடக்கிக் கொண்டு,

“சித்தி உங்களுக்கு சாம்பார் வேணுமா” என்றாள் எதிரில் உட்க்கார்ந்திருக்கும் ஜெயா வை பார்த்து.

“வேண்டாம்...”

“அப்ப அத்தை உங்ககளுக்கு?”

ம்ம்ம்...

ஆங்... அங்க

என்று சொல்லிவிட்டு கண்களால் சிரித்தாள்

அவர்களுக்கு ஊற்றிவிட்டு

“டேய் நீங்க யாராவது ஊத்துங்கடா” என்றபடி வாளியை வைத்துவிட்டு உட்கார்ந்தான் ஆனந்த்...

அந்த பொண்ணு ரொம்ப விளையாடுதோ... இல்ல... நம்ம பிரம்மை. ச்சைய் என்றபடி தலையை உலுக்கிக் கொண்டான்

“மருமவனே, இந்த தம்பளரை கழுவி வைப்பா” என ராஜ் மாமா சொல்ல,

அதை ஒவ்வொன்றாக கழுவிக்கொண்டிருக்கையில்...

ம்ம்க்கும்... என யாரோ செருமுவது கேட்டது

திரும்புகையில்... அவளே...

“இப்படி வழிய அடைச்சுகிட்டு நின்னா எப்படி கை கழுவுறதாம்”

சட்டென நகர்ந்தான்.

**ரா... சா... வே**
**உன்னை விடமாட்டேன்...**

பாடல் மண்டபத்தில் ஒலித்துக் கொண்டிருந்தது...

வாய் விட்டு சிரித்தாள்.

அவனுக்குள் சொல்லமுடியாத ஒரு உணர்வு...

"ஏன்... இப்படி பதறுறிங்க, நாங்க ஒன்னும் கடிச்சு தின்னுற மாட்டோம்..."

அழகான பெரிய கண்கள்... சிறிய எள்ளுப்பு நாசி... அளவான உதடுகள்.

"அதுக்காக மத்தவங்கள திங்கவும் விட மாட்டோம்..."

மீண்டும் சிரிப்பு... இவனும் சிரித்து கிளம்பினான்

ச்சீ... அறிவில்லை... இப்படியா பாக்குறது... ச்சை என்றபடி தன்னைத்தானே திட்டிக்கொண்டான்...

மாலை தூங்கி விழித்தபோது யாரோ பேசிக்கொண்டிருந்த சத்தம். பின்னால் இருக்கும் கந்தன் டீக்கடையில் இருந்து,

**மாலையில் யாரோ மனதோடு பேச...**

கந்தன் ரசனையான ஆள். அந்ததந்த நேரத்துக்கு தகுந்தாற்போல் போடுவார். பாட்டு கேட்க என்ற டீ குடிக்க வருவார்கள்.

ஆனந்த் எழுந்து வராந்தா வந்தபோது... செயின் டாலரை வாயில் வைத்தபடி அவள்.

லட்சுமி ஆச்சியும் அம்மாவும் பேசிக்கொண்டிருந்தார்கள்.

"இவளுக்கு ஓம் புஸ்தம் எதோ வேணுமாம். சொல்லுமா. எடுத்துக்கொடுப்பாம்."

"அம்மா பரண்ல இருக்கும்மா..." எடுத்து கொடுக்க முடியாது என்பது போல சொல்ல.

"அவளும் வருவா. எடுத்துக்குடு! படிக்க புள்ளைக்கு ஓதவி செய்தது எவ்ளோ புண்ணியம்... தெரியுமா. விஜி போம்மா."

விஜி துள்ளி வந்தாள்.

"என்ன புக்?"

"டி பி எம் எஸ்" - என்று சொல்லிவிட்டு

"புக் வாங்கத் தான் வந்திருக்கோமாக்கும்..?" - என்றாள் இன்னும் சன்னமாக

அப்ப என்று கேட்க தோன்றியது ஆனந்துக்கு... ஆனால் ஏனோ கேட்கவில்லை.

டீக்கடையில் பாடல் மாறியது...

**நெஞ்சுக்குள்ளே இன்னாருன்னு**
**சொன்னால் புரியுமா**
**அது கொஞ்சி கொஞ்சி**
**பேசுறது கண்ணில் தெரியுமா**

இருவருக்கும் சிரிப்பு வந்தது... மறைத்து கொண்டனர்...

"ரொம்ப நேரம் இங்க நிக்க முடியாது... நாளைக்கு ஊருக்கு போயிருவேன்"... சொல்லும்போது ஒரு தவிப்பு அவள் கண்களில்...

"உங்கள சித்ராக்கா கல்யாணத்துலயே பாத்துருக்கேன்... ஜெயா சித்தி, ஆச்சின்னு யாரை பார்த்தாலும் உங்கள பத்தி நல்லதாவே சொல்லுதாங்க... சேட்டையெல்லாம் ஒளிச்சு வச்சிருக்கியளோ..."

"ம்ம்க்கும் அது ஒன்னு தான் குறைச்சல்..." என்றான் கொஞ்சம் சோர்வாகவும் பயமாகவும்

"வேற என்ன குறைச்சல்?"

"என்ன?"

"ஒண்ணுமில்ல" - என்று செயின் டாலர் கடித்தாள்...

எதை நோக்கியோ போய்கொண்டிருப்பதாய் பட்டது...

மனதில் வேறு எதோ காட்சி ஓடியது

"இங்கப்பாரு பொண்ண பெத்தவன் கால்ல உளுந்து மன்னிப்பு கேட்ருக்கேன்... ஒழுங்கா இருக்கதா இருந்தா இருக்கச்சொல்லு... இந்த எழவெல்லாம் நமக்கு ஒத்து வராது"

பெரியப்பாவின் குரல் ஒலித்தது... அந்த அண்ணன் நொறுங்கி உக்காந்திருந்தது நினைவு வந்தது.

**என் தாளம் மாறாதைய்யா**
**உண்ணாமல் உறங்காமல்**
**உன்னால் தவிக்கும் சிந்தாமணி**

பாடல் தொடர... - பாடியபடியே... மேசை மீது லேசாக சாய்ந்துகெண்டே அவனை பார்த்தபடி, அதனுடன் சேர்ந்து, அவளும் பாடினாள்.

**நெஞ்சுக்குள்ளே இன்னாருன்னு சொன்னால் புரியுமா**
**அது கொஞ்சி கொஞ்சி பேசுறது கண்ணில் தெரியுமா**

எங்க காலேஜ் 4 மணிக்கு விடும்... பஸ் 4. 15க்கு ஏறினால் 5 மணிக்கு வீடு...

"இந்த புக் வாங்க தான் வந்தியா?" - கேட்டே விட்டான்.

"அப்படினு நீங்க நினைக்கிறீங்களா?"

"இல்ல"

"அதான்..." - என்றபடியே ஸ்டைலாக ஒற்றைச்சடையை தூக்கி பின்னால் போட்டாள்.

எதையோ யோசித்தபடி. அவனை பார்த்தாள். பொங்கி வரும் காதலுடன்,

"சரி, வா... ரேன்..." என்றபடி புத்தகத்தை வாங்கிக் கொண்டு கிளம்பினாள்.

மறுநாள் சங்கர் வீடு சென்றான்... அங்க தான் எப்பவும் நண்பர்கள் ஜமா கூடும். கொஞ்ச நேரம் சம்பரதாயமாக பேசி முடித்தபின் மணி வீட்டு மாடியில் தொடரும்.

"நிஜமாவாடா..."

நண்பர்களுக்கு வியப்பாக இருந்தது.

"ஆமாடா... எனக்கே கனவு போல இருக்கு" - ஆனந்த்.

"ஏ... நீயாவது காதலில் ஜெயித்து நம்ம செட்டுக்கு உள்ள கெட்ட பேரை தொடைக்கணும் டே"... - என்றான் மணி.

"என்ன பேர்...?"

"LFS - லவ் பெயிலியர் செட் - ?"

நண்பர்கள் வெடித்து சிரித்தனர்...

"அவனே முதன்முதலா ஒரு விஷயம் சொல்லு தாம்... எடுத்தவுடனே வாய் வச்சா ச்சா? ஓங்கள வச்சிக்கிட்டு... ச்சை" - சங்கர்

"ஏ... ஜெயிக்கணும்னு தான டே சொன்னேன்" - குசும்பாய் சிரித்துக்கொண்டே சொன்னான். மணி.

"சரி, அந்த புள்ள காலேஜ் விடுற நேரம், வீட்டுக்கு போற நேரம்லாம் ஏன் சொல்லிச்சு?" - கல்யாண்.

“சும்மா சொல்லிருப்பா... ஏதாவது பேசணும்லா” - வெங்கிட்

“நம்ம செட் ல ஏன் பெயிலியர் ஆவுதுனு தெரியுதா, இப்படி இருந்தா” - சேகர்

மீண்டும் வெடித்து சிரித்தனர்...

“ஏய், சீரியஸா பேசுங்கடே” - ஆனந்த்...

“நீ எப்ப ஊருக்கு போறே?” - அரசு

“நாளைக்கு நைட்...” - ஆனந்த்

ஆனால் நாளைக்கு மதியம் 2 மணிக்கு கணவதி பஸ் ல ஏறுத... மத்த பஸ் ல ஏறாத... பாட்டு போட மாட்டானுவோ... சுகமா பாட்ட கேட்டுட்டு... ஒரு மூட் செட் பண்ணி இறங்குத... மணி 3. 30... காலேஜ் பக்கத்துல ஒரு டீ குடிக்க... - அரசு

“இப்ப மணி 3. 45 லா, ஏன்னா ஒரு டீ குடிக்க அவ்ளளவு நேரம்தான ஆவும்” - சிரிச்சிகிட்டே மணி.

“நீ கொஞ்சம் சீரியஸா இருக்கியா” - என கோவப்பட்டான் ஆனந்த்.

“4 மணிக்கு பஸ் ஸ்டாப் ல நீ நிக்க... அவ 4. 05 க்கு வருவா... அப்படியே ஆச்சரியத்தில் அப்படியே நிக்குறா... முகம் பூரா சிரிப்பு... லேசா தூறல்... ரெண்டுபேரும் ஒருத்தர ஒருத்தர் பாக்கியோ...

அப்ப போடுறோம், எ பிலிம் பை பாரதிராஜா” - என்றான் சங்கர்.

மீண்டும் அனைவரும் சிரித்தனர்.

“மறுபடியும் 5 மணிக்கு நீ கிளம்பினா இங்க வந்து மெட்ராஸ் பஸ்ஸ புடிக்க முடியுமா?” - ராஜா

“நா எங்க போறேன்... டிக்கட் கேன்செல் பண்ணிர வேண்டியதுதாம்...” - ஆனந்த்

“அடப்பாவி...” - ராஜா

“தம்பி! காதல்னு வந்துட்டா இந்த வால்டேர் வெற்றிவேல் மாதிரி இல்லாம, கடமை கண்ணியம் கட்டுப்பாடு லாம் கொஞ்சம் தள்ளி வச்சா தான் ஜெயிக்கும்” - ஆனந்த்

“கமல் ரசிகன், பாலகுமாரன் வாசகன்னு காட்டுத... சூப்பர்... போடுறா அந்த பாட்ட...” - அரசு.

**ஏ அய்யாசாமி... அட நீ ஆள காமி**

*நண்பர்கள் பஸ்ஸ நிப்பாட்ட, பஸ் ஸில் ஏறியும் விட்டான்...*

*ஏறும்போதே தென்றலாய் பாடல்...*

**என்னைத் தொட்டு அள்ளிக் கொண்ட**
**மன்னன் பேரும் என்னடி**

*தொடர்ந்து ஒன்றரை மணிநேரம் இசை தாலாட்டாய் கழிந்தது*

**“மயங்கினேன் சொல்ல தயங்கினேன்”**

**“காதோரம் லோலாக்கு”**

**“அடி ஆசை மச்சான் வாங்கி தந்த மல்லியப்பூ”**

**“கொடியிலே... மல்லிய ப்பூ”**

**“அடி பூங்குயிலே... பூங்குயிலே...”**

**“குயில் பாடும்...”**

**“நீ தானே நாள் தோறும் நான் பாடக் காரணம்”**

**“மணியே... மணிக்குயிலே”**

*என அவனுக்குப் பிடித்தப்பாடலாய் ஒலிக்க... மனம் முழுதும் ராஜாவின் இசையும் அவளுமாய் ஒரு மோன நிலையில் இருந்தான்...*

*4. 05 – வெயில் இல்லை... சில் என்ற குளிர் காற்று... அவள் நடந்து வருவது தெரிந்தது...*

*“ஹெலோ..” என்று ஆச்சரியத்தில் அல்லது எதிர்பார்த்து நடந்த மகிழ்ச்சியில்*

*கண்கள் விரிய கிட்டத்தட்ட கூவினாள்...*

*(A film by மதி னு நாம போடுவோம் இங்க...)*

*“நான் சொல்லிகிட்டே இருந்தேன்... நீங்க வருவீங்கன்னு சுகந்திகிட்டே. பின்னாடி வர்றாள்ள அவ தான்.” முகம் நிறைய மலர்ச்சி. கண்களில் சின்ன நன்றியும் காதலுமாய்.*

*திரும்பி சின்ன சிரிப்பு சிரித்தான் ஹலோ என்பதாய் சுகந்தி பார்த்து, அவளும்...*

*“இன்னிக்கு தான் டிக்கட் போட்ருந்தேன்...”*

*“கேன்சல்?”*

தலையாட்டினான்.

"தேங்க்ஸ்..."

என்ன பேசுவதென்று அவன் யோசிக்க அவளுக்கோ நிறைய இருந்தது.

அடுத்த ஸ்டாப் வரை நடந்தே போவோமா... என்றாள்...

"ம்ம்ம்..."

பாலகுமாரன்... சுஜாதா, இளையராஜா, கமல், கல்யாண்ஜி என எங்கெங்கோ சுற்றி...

அடுத்து என்ன என்ற கேள்வியில் வந்து நின்றது கவலையோடு...

"அப்பாக்கு இதெல்லாம் புடிக்காது" - மெல்லியதாய் சொன்னாள்

"நா இருக்கேன்... பாத்துக்கலாம்" - என்றான் உறுதியான குரலில்.

***

கல்யாண மண்டபத்தில் நுழையும்போதே, மற்றவர்களை முந்திக்கொண்டு இளையராஜா வரவேற்றார்

குருவாயூரப்பா... குருவாயூரப்பா...
நான் கொண்ட காதலுக்கு நீ தானே சாட்சி...

ஆனந்த் Weds விஜி

விஜயலட்சுமினு ஃபுல்லா போடவேண்டாம்னு சொல்லு மாமா... ப்ளீஸ்... என விஜி சொல்ல, அதை அப்படியே சொல்லியிருந்தான் ஆனந்த்...

விஜி வெட்கமும் மகிழ்ச்சி, பெருமிதம் என கலவையாய் ஜொலித்தாள்...

ஆனந்த் கம்பிரமாய் இருந்தான்.

"நாந்தேன் எல்லாத்தையும் சரி பண்ணி இந்த கல்யாணத்த இங்க வரைக்கும் கொண்டுவந்திருக்கேம். எல்லாம் அந்த நெல்லையப்பர் காந்திமதியம்மன் துணை தாம், விஜி அப்பா மாட்டேங்குறாரு, இங்க மாப்பிள வீட்டுலயும் பேசி... வச்சி" - என ஜெயா சித்தி யாரிடமோ சொல்லிக்கொண்டிருந்தார்...

மதிய சாப்பாடு முடிந்து. 3 மணி எல்லாரும் உக்கார்ந்து பேசிக் கொண்டிருக்க.

"நாந்தேன் எல்லாத்தையும் சரி பண்ணி இந்த கல்யாணத்த இங்க வரைக்கும் கொண்டுவந்திருக்கேம், அவா மேலே படிக்கணும்னு ஒத்த கால்ல நின்னா பாத்துக்கிடுங்க." - வேறு யாரிடமோ ஜெயா சித்தி சொல்ல...

"ஆனா அவங்க சித்திய இப்படி நம்ப வச்சுருக்கியளப்பா" - என்றான் சேகர்...

நண்பர்கள் அனைவரும் சிரித்தனர்...

"இல்லையா பின்னே" என்ற வசந்தி அத்தையிடம்

"மொதல்ல இவங்க ரெண்டுபேரும் லவ் பண்ணாங்கன்னு தெரியுமா" - கல்யாண்

விஜி முகம் பொத்தினாள் சிரித்துக்கொண்டே.

"லவ்வா..." இது அரேஞ்சுடு மேரேஜ் ப்பா... - வசந்தி அத்தை

"இப்படி தான் ஒலகத்தை நமப வச்சுருக்கானுவோ... எத்தே... மோசமான செட் இது" - செந்தில்...

"என்ன சொல்லுதியோ... விவரமா சொல்லுங்கடே..." - வசந்தி அத்தை.

"அரேஞ்ட் மேரேஜ் ஆக்க என்னலாம் உண்டோ... ஒவ்வொண்ணா பண்ணி" - பாலு

"மொதல்ல இவம் மெட்ராஸ் ல ஒரு பொண்ண பாக்காம்ன்னு அவங்க வீட்ல சொல்லணும்... ஆனா பயம்..." - அரசு

"வெள்ளையா ட்ட சொல்லுங்கல" - சங்கர் சொன்னான்.

"எதுக்கு?"

"அவன்ட்ட சொன்னா என்ன ஆகும்?"

"அடுத்த நிமிஷம் ஆனந்த் வீட்டுல பெரிப்பா வீட்ல சொல்லுவாம்"

"அதான் வேணும்... இப்ப, எங்க பெரிப்பா கத்துவாவோ எங்க வீட்டு சைட்ல, இங்கனக்குள்ள தெரிஞ்ச பொண்ணா இருந்தா, நலலாருக்குமேனு "நினைப்பாவோ..." - ஆனந்த்.

"ஏலேய். ரொம்ப ஓவர்டா சரி பாவம் ஜெயா எப்படி உள்ள வந்தா?"

"சங்கர்ட்ட ஜெயா அத்தை கிட்ட இந்த மாதிரி ஆனந்த் வீட்ல பொண்ணு தேடுதாவோன்னு சொல்லச்சொன்னோம்...

அப்புறம் அவங்களே இறங்கி அங்க பேசி, இங்கப்பேசி னு கலக்கிட்டாவோ”

“ஏ... என்ன... எம்பேரு அடிபடுது...”

“ஒண்ணுமில்ல... நீங்க இல்லாட்டி இவ்வளவு சிறப்பா நடந்திருக்காதுனு பேசிட்டுருந்தோம்” - சங்கர்

எல்லோரும் சிரித்தனர்.

“சிரிக்கிற விதம் சரியில்லையே... ஏட்டி வசந்தி... நீ சொல்லுட்டி, என்ன பேச்சு?”

“வாடி... எந்தங்கமே... ஒனக்கு அவார்டே கொடுக்க போறாவோ” என்றபடி நடந்ததை சொல்ல

“ஏ... நான் எல்லாத்தையும் கூட வுட்ருதேன்... ஏட்டி விஜி கல்யாணம் வேண்டாம். நான் படிக்கணும்னு ஒத்த கால்ல நின்னியட்டி”

விஜி சிரித்தாள்.

“எத்தே, ஒங்கள மறப்போமா மொத புள்ளைக்கு ஒங்க பேரு தான் வைக்க ப்போறோம்” என்றான் ஆனந்த்.

விஜி வெட்கத்தில் மலர்ந்தாள்.

“இப்படி தான் சொல்லுவாங்க. மறுபடியும் நம்பி மோசம் போயிராதியோ அவம் குடும்பத்துல நாலு பேருக்கு ஜெ னு ஆரம்பிக்கும் பாத்துக்கோங்க” என்றான் சங்கர்...

“அய்யோ! இனிமே யாரையும் நம்புறதா இல்ல..” - என்று காமெடியாய் தலையை திருப்பிக் கொண்டார் ஜெயா சித்தி...

“எதோ எல்லாம் நல்லபடியா முடிஞ்சுதே... நான் லாம் விஜினு பேர கேட்டதிலேருந்து பயந்துட்டே இருந்தேன்” - பாலு

“விஜி!... ஆனந்த் விஜி!... விஜி!... ஆனந்த் விஜி!... ஆட்ரா ராமா...” - என மணி சொல்ல. சிரிப்பில் மண்டபமே அதிர்ந்தது.

விஜிக்கு சிரித்து கண்ணீர் வந்தது... இறுக்கமாய் ஆனந்த் கரம் பற்றினாள்...

“செம மாமா...”

**மழை வருது மழை வருது**
**குடை கொண்டு வா**

- என ஜேசுதாஸ் உருக

"இவனுவ வேற... இப்படி பாட்ட போட்டே அடுத்தடுத்து மண்டபத்தை புக் பண்ண வச்சிருவானுவோ போல..." - சேகர்...

"அதானே, இன்னிக்கு யார்... யார பாத்தாங்களோ" - ராஜா

"சாம்பாரை கேட்டாங்களோ" - அரசு.

"அத பத்தி நமக்கென்ன..." - செந்தில்

"அதானே, நமக்கு ஒன்னும் அமையப்போறதில்ல" என்றான் வெங்கட்.

சுகங்கள் யாவும் ... அளந்து பார்போம்
நதிகள் மீதும் ... நடந்து பார்ப்போம்
நதிகள் மீதும் ... நடந்து பார்ப்போம்
சுகங்கள் யாவும்... அளந்து பார்ப்போம்
உனது தோளில் நான் பிள்ளை போலே
உறங்க வேண்டும்... கண்... ... ணா வா

விஜியும் ஆனந்தும் பார்வையிலேயே பாடிக் கொண்டனர்

~

# அழகாய் பூக்குதே

**“எ**ன்னங்க”

“ம்ம்ம்”

“டே குண்டா”

“என்... ன... சண்டே னா ஓம்பது மணிக்கு முன்னாடி எழுப்பாதேன்னு சொல்லிருக்கேன்ல”

ம்ஹ‾ம்... என சிணுங்கியபடியே

“பாத்தியா சண்டை ஆரம்பிச்சுட்டு... அதுல போட்டிருக்கது சரி தான்...”

கண்ணில் லேசா நீர் கோர்த்தது பெரியாச்சி என்ற பிரேமாக்கு.

என்ன பெரியாச்சி சமையல் என்று பிரேமாவை கிண்டல் பண்ணும்போதெல்லாம் சாம்பார் மிஸ்டர் பலவேசம் என்பாள்.

ஹலோ என் பேரு பரத் என்பான் அவன்... ஐ, பலவேசம் என்ற பரத் என்று பதிலடி கொடுப்பாள் பிரேமா.

திருமணமாகி மூன்று மாதங்கள் ஆகியிருந்தாலும் இன்னமும் மோகம் முழுதாய் விலகாத சின்னஞ்சிறு சிட்டு குருவிகள். ஒரு ரோஜா பூத்ததற்கு பிரேமா எல்லோரிடமும் அதை சொல்லிச் சந்தோசப்பட்டாள். அடுக்களை ஜன்னலில் வரும் காகத்தோடு பேசுவாள்...

“ஸாரி டா... அக்கா. தூங்கிட்டேன். இந்தா...” என பொறி போடுவாள்.

“எனக்கு வாச்ச மச்சினி பாரு. சே!” என்பான் பரத்.

குலுங்கி குலுங்கி சிரிப்பாள்.

பரத் இதற்கு நேர் எதிர். எதிலும் நிதானம்.

தூங்கி கொண்டிருந்தவனை எழுப்பி பிரேமா ஹாப்பி நியூ இயர் சொன்னதுக்கு

“சோ வாட்? தூங்கிட்டு இருக்கவன எழுப்புதே. நாளைக்கு சொன்னா என்னவாம்” என்றான்...

அப்புறம் அழ ஆரம்பித்தவளை சமாதான படுத்தி

“புரிஞ்சுக்கோமா... எங்க வேலைல தூக்கம் வருவதே பெரிய விஷயம், அதனால இந்த சின்ன சின்ன விஷயங்களுக்கு எழுப்பாதே... செல்லம்ல” என்று சொல்லிக் கொஞ்சுவான்.

இப்படி போய் கொண்டிருந்த வாழ்க்கையில் தான் பிரேமா இன்று பார்த்த வார ராசி பலனில் கணவன் மனைவி இடையே சண்டை சச்சரவுகள் எழும். வீண் விவாதங்கள் தீரா பிரச்சனைகளை கிளப்பும். கூடுமானவரையில் அனுசரித்து போகவும் என போட்டிருந்தது. அதை பார்த்து தான் பிரேமா கலங்கி கொண்டிருந்தாள்.

“அடியே, என் செல்லக்குட்டி, என்னாச்சுடா, ஏண்டா படுத்துற... எதுல போட்டிருக்கான்”

“ராசி பலன்ல...”

“அதையெல்லாம் பாஸிட்டிவா இருந்தா நம்பனும்... இல்லனா தூக்கி போட்டுரனும் குட்டிமா?”

“எனக்கு பயமா இருக்கு...”

“சரி... என்ன செய்யலாம், ஒரு வாரம் பேசாம இருப்போமா?”

“ஒருவாரம் மா...”

“ஆமா பேசினாத்தானே சண்டை வரும்.”

“ம்ம்ம் ஒரு வாரம் உங்கிட்ட பேசாம எப்படி இருக்கது, திட்ட கூட முடியாதே”

“அடப்பாவி”

“ஆ... மா” என்று தலை சாய்த்து கண் சிமிட்டினாள்.

“சரி. சரி பேசாம உங்க அம்மா வீட்டுக்கு போறியா ஒரு வாரம்?”.

“என்ன டா... என்னை அனுப்பிட்டு... நீ என்ன பண்ணுவே?”

“கஷ்டம் தான்... சாப்பாட்டுக்கு”

“அடப்பாவி... அப்ப பொங்கி போட தான் நானா...” என்ற படியே அவள் தலையனை எடுத்து அடிக்க அவன் சிரித்தான்.

“வேற ஏதாவது பிளான் பண்ணினே கொன்னுருவேன்...”

“கொல... காரி...”

ஹ்ஹா என சிரித்தபடியே எழுந்தாள்

“இப்ப மூட் நார்மலாயிடுச்சா”

“ம்ம் லேசா, சீக்கிரம் குளிச்சுட்டு வா, உளுந்தங்கஞ்சி ரெடி”

சாப்பிட்டு கொண்டிருக்கையில் மறுபடியும் எதோ சிந்தனையில் இருந்தாள்

“என்ன மறுபடியும் ராசிபலனா”

ம்ம்ம் என்பது போல் தலை அசைத்தாள்

“நமக்கு கல்யாணம் ஆகி எத்தனை மாசம் ஆவுது?”

“மூணு”

“ம். உன்னைய என்னைக்காவது திட்டிருக்கேனா?”

“இல்ல”

“இன்னிக்கு நல்ல வாங்க போறே”

“ம்ம்ஹூம் பாத்திங்களா திட்ட ஆரம்பிச்சிட்டீங்க”

“ஐயோ... இப்ப என்ன பண்ணலாம்?”

“சட்டுனு ஒரு வாரம் ஓடணும் கடவுளே”

“இங்க பாரு அதையே நினைச்சுட்டு இருக்காம, நார்மலா எப்போதும் போல இருடி. எல்லாம் சரியாய் போவும். நமக்குள்ள அப்படி என்ன சண்டை வந்துற போவுது. சரி, அப்படி வந்தாலும் என்ன... எல்லாரும் சண்டை போடுறது தான்... அப்புறம் சேர்ரது தான். ஊடலுக்கு பின் கூடல்னு வள்ளுவரே சொல்லிருகாராமே”

“அவர் என்னவேனா சொல்லிட்டு போவட்டும்... ஓங்க கூடலாம் என்னால சண்டை போட முடியாது”

“ஏன்டி...”

“அது அப்படி தான்.”

அச்சோ... வெட்கத்தை பாரேன். ஐ லவ் யூ சோ மச் டி...

இசை அருவியில்...

**நாணலில் பாய் விரித்து**
**நான் அதில் பள்ளிக் கொண்டேன்**

**நானொரு பக்கம் ஏனடி வெட்கம்**
**என்ன சொல்லிவிட்டேன்**

**ராதா... ராதா... நீ எங்கே**

- பாடல் ஓடி கொண்டிருந்தது

**நாள் 2**

“இன்னிக்கு உன் நாள்... நீ என்ன கோவ பட்டாலும் நான் எதிர்த்து பேச மாட்டேன்” - பரத்

“அப்ப நாளைக்கு உன் நாளா... நீ கோவ படுவியா... ம்... ஹூம்” - பிரேமா

“சரி... நாளைக்கு ரெண்டு பெரும் மவுன விரதம்...”

என்ற படியே ஜன்னலை திறந்தான்... எதிர் பிளாட் ஜெயஸ்ரீ பால்கனியில் நின்றிருந்தாள்.

“ஹாய்”

“ஹாய் அங்கிள்”

“காலேஜ் லீவா...”

“ஆமா அங்கிள்”

பிரேமா வந்தாள்.

“ஹாய் அக்கா”

“ஹாய்...“.

“ஏங்க, அந்த க்ளாக் கொஞ்சம் மாட்டிருங்க...”

“எந்த க்ளாக்” என்ற படியே வந்தவனிடம்

“அங்க என்ன பேச்சு”

“சும்மாடி... அவ நின்னுட்டு இருந்தா... சரி, பக்கத்துவீட்டுல இருக்காளே னு பேசினேன்”

“நீங்க ஒன்னும் பேச வேண்டாம், அதெல்லாம் நாங்க பாத்துகிறோம்.”

“ஏம்மா... சும்மா கூட பேசக்கூடாதா”

“தேவை இல்ல... அதென்ன முறை வச்சு கூப்பிடுறா?”

"என்ன முறை?"

"உன்ன மாமா ங்கிறா. என்ன அக்கா ங்கிறா"

"அய்யோ, சும்மா கூப்பிடுரம்மா... வேணும்னா உன்ன அத்தை னு கூப்பிட சொல்லவா?"

"ஒன்னும் தேவை இல்ல"

"ச்சை... ராட்சசி..."

"இருந்துட்டு போறேன்... ஆனா மிஸ்டர் பல்வேஷம் இன்று எனது நாள்."

"ஆ... ஆ" - பரத்

## நாள் - 3

இன்னைக்கு நாம ரெண்டு பெரும் மௌன விரதம்... ஓகேயா... என்று எழுதியிருந்த சீட்டைக்காண்பித்தாள் பிரேமா. தலையாட்டினான் பரத்.

(பேச மாட்டாங்களாமாம்.)

ஜன்னலை திறக்க போய்... பின் திரும்பினான்... என்ன என்பது போல முறைத்தாள். சும்மா என வடிவேலு தோளை குலுக்குவது போல் குலுக்கிச் சென்றான்.

அவன் அலுவலகம் செல்லும் முன் ஒரு சீட்டை காண்பித்தாள். பூவும், ஸ்வீட்டும் வாங்கி வரவும்

ம்ம்ம்? என்ற படியே வழிந்தான். தலை குனிந்து சிரித்தாள்.

அலுவல் முடித்து வண்டி எடுத்து நாலு பேரை திட்டி எட்டு பேரிடம் திட்டு வாங்கி வீடு வந்து சேர்ந்தான்.

சாப்பிடலாமா என்பது போல் சைகை காட்ட, ம்ம் என்று தலை ஆட்டியபடி உடை மாற்றி பாத்ரூம் சென்று கைகால் கழுவி

வந்து சாப்பிட்ட பின் அவன் சோபாவில் அமர அவள், அவன் மடியில் படுத்துகொண்டாள் டிவி பார்த்துக்கொண்டே.

உன்னாலே எந்நாளும்
என் ஜீவன் வாழுதே
சொல்லாமல் உன் சுவாசம்
என் மூச்சில் சேருதே

அவன் கைகளை எடுத்து தன் கைகளுக்குள் வைத்தாள்.

விடிந்தாலும் வானம்
இருள்பூச வேண்டும்
மடிமீது சாய்ந்து
கதைபேச வேண்டும்...

அவன் அவள் தலை கோதினான்... பூ எடுத்து வை என்றாள் சைகையில்.

முடியாத பார்வை
நீ வீச வேண்டும்
முழு நேரம் என்மேல்
உன் வாசம் வேண்டும்
இன்பம் எதுவரை
நாம் போவோம் அதுவரை
நீ பார்க்க பார்க்க
காதல் கூடுதே

அவன் கால்களுக்கு அடியில் பூமி நழுவுவது போல இருந்தது. சுத்தமாய் மறந்து விட்டிருந்தது... எழுந்தான் தோப்புக்கரணம் போட ஆரம்பித்தான். வெடித்து சிரித்தாள்.

உன்னாலே எந்நாளும் என் ஜீவன் வாழுதே
சொல்லாமல் உன் சுவாசம் என் மூச்சில் சேருதே

இரவு வெட்கப்பட்டு கண் மூடி கொண்டது.

நாள் – 4

இன்று எழுந்ததே லேட்... எனவே நான் வெளியில் சாப்பிட்டு கொள்கிறேன் என்றவனுக்கு அவசரமாய் உப்புமா செய்து

"நீங்க டிரஸ் பண்ணிட்டே இருங்க நான் ஊட்டி விட்டுட்டே இருக்கேன்."

"இப்படிலாம் சாப்பிட்டா சாப்பிட்ட மாதிரி இருக்காது. தட்டுல வை சாப்பிட்டுட்டே போயிருதேன்."

அவன் தட்டில் சாப்பிட, அவள் அவனுக்கு சாக்ஸ் போட்டு கொண்டிருந்தாள்.

"இன்னிக்கு எதாவது வேணுமா"

"அய்யா சாமி... ஒன்னும் வேண்டாம். மறக்காம, வேறெங்கும் போவமா, நீங்க வந்தா போதும்" என்றாள் கையெடுத்து கும்பிட்டு.

"நான் எங்க போவேன்? நேக்கு யாரை தெரியும்?" என கவுரவம் சிவாஜி மாதிரி நடித்தான்.

அவள் சிரித்தாள்.

ஹாய் டா என்று உற்சாகமாய் வந்தவன், அவசரமாய் சாப்பிட்டு முடித்து அவளும் சாப்பிட்டபின்

"டண்டடண்டடண்ட"

"எப்படி மறக்காம வாங்கிட்டு வந்திருக்கேன் பாத்தியா, என்னமோ பெருசா சொன்ன"

அவளும் சிரித்து கொண்டே வாங்கி பார்சலை பிரித்தவள்

"இது என்னது?"

"பூ"

"என்ன பூ?"

"வச்சுருந்தாங்க, வாங்கிட்டு வந்தேன்"

"தலைக்கு வைக்கனு கேட்டிங்களா"

"சே... இதெல்லாம்மா கேட்பாங்க"

"விளக்கெண்ணை. இது சாமிக்கு போடுறது... தலைக்கு வைக்க பிச்சிபூ, மல்லி ப்பூ இப்படி வாங்கணும், அறிவு கொழுந்து... உனக்கு இதுக்கு முன்னாடி லவ் வே இல்லனு சொன்னல" என்றாள்

"ஆமா"

"எப்படி இருக்கும்?" என்றாள் நக்கலாய்

"நானும் என் சாமிக்கு போடத்தானே வாங்கிட்டு வந்திருக்கேன்"

"ஐய்யோ.. என்னய்யா.. என்னன்னவோ பேசுதே" கலகலவென சிரித்தபடியே கேட்டாள் பிரேமா

"என்னனு தெரியல அருவியா கொட்டுதே..." என்றான்...

அவள் அவன் நெஞ்சில் சாய்ந்தாள். ஜன்னலில் தெரிந்த நிலவு வேகமாய் நகர்ந்தது வெட்கப்பட்டு.

**அழகாய் பூக்குதே சுகமாய் தாக்குதே**
**அடடா காதலில் சொல்லாமல்**
**கொள்ளாமல் உள்ளங்கள் பந்தாடுதே...**

- பாடல் டிவியில் ஓடிக்கொண்டிருந்தது

**நாள் – 7**

(என்னடா ரெண்டு நாள் கட்பண்ணிட்டேனு கேட்டிங்கனா ஸாரி... எனக்கே பொறாமையா இருக்கு. அதனால ஹிஹிஹி.)

"முடிஞ்சுருச்சே... அந்த ஏழு நாட்கள் முடிஞ்சுருச்சே" குழந்தை போல் துள்ளி குதித்தாள்.

"எவ்ளோ பயந்தேன் தெரியுமாடா, ஆனா நீ கொஞ்சமாவது பயந்தியா கல்லுளிமங்கா"

"எதுக்குடி பயப்படணும்..."

"இந்தவாரம் செமயா போச்சுல... பயந்து பயந்து இருந்தாலும் செம ரொமான்டிக்கா... ஹ்ஹஹ்ஹ இனி கவலையே இல்ல".

***

பத்திரிகை அலுவலகத்திலிருந்து ஜோசியருக்கு தொலைபேசியில் அழைத்தார் உதவி ஆசிரியர்

"ஹலோ, ஜோசியர் அய்யா... இந்த வாரம் போட வேண்டிய ராசிபலன் மெயில் பண்ணிட்டிங்களா"

"ஏம்ப்பா,... போனவாரமே ரெண்டு வாரத்துக்கு சேர்த்து அனுப்பிச்சுட்டேன்... நீங்க என்னடான்னா நாளைக்கு போட வேண்டிய வார ராசிபலனே போன வாரம் சண்டேயே போட்டுட்டேள். பேசாம நாளைக்கு, போனவார ராசிபலனே போட்ருங்கோ"

***

"ஏங்க..."

"இன்னிக்கு என்னடி."

"இந்தவராம் ராசிபலன் சூப்பரா போட்டிருக்கான் ங்க"

"என்னவாம்"

"கணவன் மனைவி இடையே கருத்தொற்றுமை ஏற்படும். அன்னியோன்யம் அதிகரிக்கும். வாரம் பூராவும் மனதிற்கினிய சம்பவங்கள் நிகழும்." என்றாள் பிரேமா.

~

# இதோ இதோ என் பல்லவி

**காதலின் தீபம் ஒன்று**
**ஏற்றினாலே என் நெஞ்சில்**

தொலைக்காட்சியில் ஓடி கொண்டிருந்த பாடலுடன் சேர்ந்து பரத் பாடினான்.

"யாருடா அவ?"

"எவ?"

"அதான்... தீபத்தை நெஞ்சில ஏத்தினவ?"

"ஐய்யயோ... உன்ன தாண்டி நினைச்சு பாடுறேன்..."

"இல்ல... ஜன்னல் திறந்திருக்கேன்னு பார்த்தேன்"

"ஐயோ... ஆள விடும்மா."

"ஓ விட்டா? அங்க போறதுக்கா?"

"எங்க?"

"எங்கன்னு கேட்க்குற அளவுக்கு இடங்கள் இருக்கு?"

"கால காட்டு தாயீ..."

ஹாஹா என வாய் விட்டு சிரித்தாள் பிரேமா.

**ஊடலில் வந்த சொந்தம்**
**கூடலில் கண்ட இன்பம்**
**மயக்கம் என்ன**
**காதல்... வாழ்க...**

"அப்ப... அப்ப... இப்படி சண்டை போட்டாத் தான் நல்லாருக்கும்... இல்ல?"

"இதுக்கு பேரு சண்டையாக்கும்? சண்டைன்னா... அழுது புரண்டு... பேசாம இருந்து"... என்ற பரத்தின் வாயை பொத்தி

"சீ... வாய கழுவு" என்றாள் பிரேமா.

“அப்படிலாம் ஒன்னும் தேவை இல்ல... என் ராஜாகுட்டி...” என்று கன்னத்தை கிள்ளியவள்...

“என்ன இன்னிக்கு ஷேவ் பண்ணலியா?”

“இல்ல... இப்ப உள்ள பொண்ணுங்களுக்கு லைட்டா தாடி இருந்தா தான் புடிக்குதாம்... அதான்” என சொல்லிக்கொண்டிருக்கையிலேயே

“செருப்பு பிஞ்சுரும்... என சொன்ன படி பரத் முடியை பிடித்து ஆட்டினாள் பிரேமா.

“ஆ... ... வலிக்குதுடி”

“நல்ல வலிக்கட்டும்... ஒழுங்கா மழு மழுன்னு ஷேவ் பண்ற... இல்ல நானே பண்ணி விட்ருவேன் பாத்துக்கோ...”

**“நேற்று போல் இன்று இல்லை,**
**இன்று போல் நாளை இல்லை”**

- பரத்தும் கூட சேர்ந்து பாடினான்.

“ஆமா... நேத்து புதன்... இன்னிக்கு வியாழன்... நேத்து மாதிரி இல்லைதான்”

“யப்பா... என்னா காமெடி... ஷ்... உங்கூர்ல இதுக்குல்லாம் விழுந்து விழுந்து சிரிப்பீங்கள்ல” என்ற படி ஓட....

“டேய்... வேண்டாம்... க்ரைம் ரேட் இன்க்ரீஸ் ஆவுது...”

“ச்சோ... ச்சோ... அழக்கூடாது...” என்ற படி இழுத்து அணைக்க...

“ம்ம்ஹூம்ம் விடுறா... பேட் பாய்... பகல்ல...” என்று வெட்கத்துடன் சினுங்க

**“அள்ளஅள்ள குறையா**
**அட்ஷய பாத்திரமா**
**உன் வெட்கம்?**
**இரவே தீர்ந்திருக்குமென**
**நினைத்து**
**காலையில் சீண்டினாலும்**
**சினுங்குகிறாய்...”**

“அட... கவிதைலாம் கொட்டுது...”

“ஆமா நேத்து பூரா யோசிச்சு எழுதினேன்”

“டேய்... மர மண்டையா... இந்த டகால்டி வேலைலாம் வேண்டாம்... சொல்லு... எங்க படிச்ச.?”

“மதி பொன்னரசுனு ஒருத்தர் புக்ல பார்த்தேன்...”

“அதானே பார்த்தேன்...”

“சரி... நான் மாடில போய் துணி காய போட்டு வந்துர்றேன். பால் அடுப்புல இருக்கு... பொங்கியதும் ஆஃப் பன்னிரு... பே... னு எதையாவது டிவில பார்த்துட்டு பால சிந்த வுட்டுறாதே, நேத்து தான் ஸ்டவ் லாம் தொடச்சு பர்னர் கிளீன் பண்ணி வச்சுருக்கேன்”

“அட போம்மா... பெரிய கம்ப சூத்திரம்...”

திடீரென பிரேக்கிங் நியூஸ் தொலைக்காட்சியில் வர பாலை மறந்தான் பரத்...

எதோ கேஸ் வாடை அடிப்பதை உணர்ந்து “இந்த பக்கத்துக்கு வீட்டு காரங்களுக்கு பொறுப்பே இல்ல, கேஸ் ஸ்மெல் வர்ற அளவு கேர்லெஸ்ஸா இருக்காங்க, போய் சொல்லுவோமா என்று யோசித்துக்கொண்டே தற்செயலாக சமையலறையை பார்க்க பால் பொங்கி சிந்தி அடுப்பில் வழிந்து அடுப்பு அணைந்து கேஸ் வந்துகொண்டிருந்தது.

“அய்யயோ... கொன்னுருவாளே... மெனக்கெட்டு சொல்லிட்டு வேற போயிருக்கா” என்ற படியே காஸ் அடுப்பை அணைத்து, பால் பாத்திரத்தை இறக்கி, அதிலுள்ள கொஞ்ச பாலையும் வேறு பாத்திரத்தில் மாற்றி, அந்த பாத்திரத்தை கழுவி கவுத்தி, அடுப்பு, பர்னர் மற்றும் கீழே சிந்திய பால் என அனைத்தையும் துடைத்து...

ஒன்றும் நடக்காதது போல் சோபாவில் உட்கார்ந்து, கால் மேல் கால் போட்டு நாளிதழ் வாசித்து கொண்டிருந்தான். இல்லை வாசிப்பது மாதிரி நடித்து கொண்டிருந்தான்.

பிரேமா துணி காய போட்டு வந்தவள், வந்த ரெண்டு நிமிடத்தில் பால் பொங்கி சிந்தியதை கண்டு கொண்டாள்.

“என்ன? நான் அவ்வளவு சொல்லிட்டு போயும் பால சிந்த விட்டாச்சா?”

“இல்லியே...”

“என்ன நொல்லியே... பால் பாத்திரம் மாறியிருக்கே, மண்டையில் இருக்குற கொண்டையை மறைக்கலியே மாமா” என தலையில் கொட்டி விட்டு ஜன்னலை திறந்தாள்.

“குளிச்சுட்டு சாப்பிட்டு கிளம்புங்க... டைம் ஆயிடுச்சு”

“எஸ் பேபி...” என்ற படி குளிக்க சென்றான்.

“சோப் டி...”

“இன்னிக்கு ஒரு நாள் சோப் போடாம குளி... வந்தா என்ன பண்ணுவேன்னு தெரியும்”

குளித்து முடித்து சாப்பிட்டு கிளம்பியவன்...

பார்க்கிங் இல் பைக்கை சிறிதுநேரம் துடைத்து விட்டு ஸ்டார்ட் பண்ணும்போது எதிர் பிளாட் ஜெயஸ்ரீ வந்தாள்...

“அங்கிள், எந்த வழியா போறீங்க?”

“ஏன், என்னாச்சு?”

“வண்டி ப்ராப்ளம், காலேஜ் போகணும், இன்னிக்கு ஒரு கான்பரென்ஸ் இருக்கு 9.30க்கு போகணும், மத்த நாள்னா லீவு போட்டுரலாம்...” அவள் பேசிக்கொண்டே போக பரத்துக்கு காலேஜுக்கு போகணும் என்ற அளவில் புரிந்தது.

“ச்சே... எவ்வளவு அழகா இருக்கா...” என்று தோன்றியதை உடனே அழித்தான்... ஆனால் மீண்டும் தோன்றியது.

மேலே பார்த்தான், சுற்று முற்றும் பார்த்தான்... பிரேமா இல்லை... யாருமில்லை.

“ஏறுங்க... நான் கொண்டு விட்டுறேன்” என்றெல்லாம் சொல்லி விட்டு

“எந்த காலேஜ்?” என்றான்

“எத்திராஜ்... நீங்க அப்படி போகலேன்னா நான் வேற யார்கிட்டயாது கேட்டு”

அவளை முடிக்க விடவில்லை...

“நோ நோ... *I am going by that way only I have a work in Eye hospital road*”

“தாங் யு, ஓலோ புக் பன்னினேன், 10 மின்ஸ் ஆகுமாம்... வந்து ஏறி... போக லேட்டாகிடும்.

லேசான கவலையுடன் சொன்னாள்.

சீக்கிரம் ஏறுங்க... போய்டலாம்... அவள் ஏற வண்டியை ஸ்டார்ட் செய்து... ஒரு ரைஸ் செய்து விட ஜெயஸ்ரீ இவன் மேல லேசாக மோத வேண்டி வந்தது. தன் வேகத்தை எல்லாம் காண்பித்தான்...

மனம் திக் திக் என அடித்து கொண்டது... அவ்வப்போது சுற்றும் முற்றும் பார்த்து கொண்டான்... முக்கியமாய் சிக்னலில் நிற்கும்போது.

பிரேமாவின் சித்தப்பா பையன் ஒருவன் தாசபிரகாஷ் அருகில் இருக்கும் ஒரு மருத்துவமனையில் தான் வேலை பார்க்கிறதாக சொல்லியிருக்கிறாள்... தாசபிரகாஷ் சிக்னல் தாண்டி எழும்பூர் செல்லும் பாலம் ஏறி இறங்கியதும் பயம் சிறிது குறைந்திருந்தது.

ஜெயஸ்ரீயிடம் பேச ஆரம்பித்தான்.

“நான் இப்படி தான் கொஞ்சம் ஸ்பீடா போவேன்... கவலை படாதிங்க. ஸேஃபா விட்ருவேன்... எனக்கு மியூசிக்னா செம இன்டெரெஸ்ட்... உங்களுக்கும் புடிக்கும் போல... அப்ப அப்ப... உங்க வீட்டுலேருந்து வரும் ம்யூசிக், ஸேம் டெஸ்ட் உங்களுக்கும் எனக்கும்” என்றெல்லாம் பேசிகொண்டே வந்தவன்.

“ஐஸ்க்ரீம் சாப்பிடலாமா... *if you don’t mind*” என்று சொல்லி கொண்டே எழும்பூர் கண் மருத்துவமனை சாலையில் இருக்கும் ஒரு ஐஸ்க்ரீம் கடையில் வண்டியை நிறுத்தி திரும்பி பார்த்தான்...

“என்ன அங்கிள்?” காதில் இயர்ஃபோன் மாட்டியிருந்தாள்... அப்ப நான் சொன்னதை கேட்கவே இல்லையா என நினைத்தபடி

“ஒண்ணுமில்ல... ஐஸ் கிரீம்?”

“வேணாம் அங்கிள், நான் ஒன்னும் குழந்தை இல்ல” என கலகலவென சிரித்தாள்”

அதான் தெரியுமே என நினைத்தபடி

“ஓகே...” என்றான். வண்டியை மீண்டும் ஸ்டார்ட் செய்து கல்லூரி நெருங்கும்போது.

“இங்கயே விட்டுருங்க அங்கிள், யாராவது பார்த்தா கிண்டல் பண்ணுவாங்க” என்றாள்.

ஏன் என கேட்க நினைத்தான். அப்புறமும் வேண்டாம் என அமைதியாகி,

“ஓகே பை” என்றான்.

“பை அங்கிள்...”

இவ் ஒருத்தி அங்கிள் அங்கிள்னு. பரத்னு சொல்ல சொல்லுவோமா என பரத் நினைத்தபோது அவள் கல்லூரி நோக்கி நடக்க ஆரம்பித்திருந்தாள்.

அலுவலகத்துக்கு. இருபது நிமிடம் தாமதத்துக்கு என்ன கதை விடலாம் என யோசித்தபடி வண்டியை திருப்பினான். அலுவலகம் அனைத்தையும் மறக்கடித்தது...

அழைப்புமணி அழைத்ததும் சட்டென கதவை திறந்த பிரேமா.

“என்ன ரொம்ப உற்சாகமாக இருக்கே” என்றாள்.

“இல்லையே... நானே கடுப்புல இருக்கேன்”

“என்னப்பா...”

“இல்ல ப்ராஜெக்ட்ல ஒரு சின்ன இஸ்யூ”

“அட, அதலாம் விடுப்பா... அப்புறம்”

“அப்புறம் என்ன?”

“சரி... ஒன்னுமே இல்லையா?”

பகீர்னு ஒரு பயம் மனதில் தோன்றியது. யாரும் பார்த்துருப்பாங்களோ... போட்டு கொடுத்திருப்பாங்களோ

“என்ன...?”

“ஒண்ணுமில்ல... சாப்பிட வா”

“ம்ம்ம்” என்று உடை மாற்றி முகம் கழுவி வந்தவன் இன்னும் பயத்திலேயே இருந்தான்... ஏன் கேட்டாள்? கேட்டுருவோமா?

கேட்டுருவோம் என வந்தவன் தன்னை அறியாமல் சொன்னான்

“இன்னிக்கு எதிர் பிளாட் ஜெயஸ்ரீ இல்ல, அவ என்னை காலேஜ்ல ட்ராப் பன்ன சொன்னா”

“ம்ம்ம்” என சாதாரணமாக கேட்டாள்... பின்

“தெரியும்” என்றாள்...

“எப்படி?”

“நான் தான் அவளை உங்க கூட போக சொன்னேன்... அவ வண்டி ப்ராப்ளம்னு மேல வந்தா. நான் தான் அங்கிள் இப்பதான் போறாரு. கூட போய் காலேஜ்ல இறங்கிக்கோனு சொன்னேன்” - என்றாள்.

“ஏன்?”

“என்ன ஏன்? ஒருத்தருக்கு ஒருத்தர் ஒரு ஹெல்ப் தான்...”

“செம டீ... செல்லக்குட்டி...” என்று கன்னத்தை கிள்ளியவன் டிவி போட அவர்களுக்கு பிடித்த பாடல் ஒளிபரப்பாகி கொண்டிருந்தது.

என் வானமெங்கும் பௌர்ணமி

இது என்ன மாயமோ

என் காதலா... உன் காதலால்

நான் காணும் கோலமோ - பிரேமா பாடினாள்

இதோ இதோ என் பல்லவி...

பரத்க்கு லேசாக கண்ணீர் வந்தது.

“என்ன மாம்ஸ்” என்றாள்

“ஒண்ணுமில்லடா” என இறுகிய அணைத்தான். அவன் மனதில் இன்னும் தெளிவு பிறந்திருந்தது.

~

## கனவு காணும் வாழ்க்கை யாவும்

"**க**டைசியா முகம் பார்க்கிறவங்கள்ளாம் பார்த்துக்கிடலாம்"

இந்த அழைப்பு அங்கே சிலரின் அழுகையை அதிகப்படுத்தியது.

ஜெபா என்று அன்பாக அழைக்கப்படும் ஜெயபாண்டியனின் தந்தையின் மரணம்.

ஓட்டேரி இடுகாட்டில் அடக்கம்.

"சாமீ, அந்த கலயத்தை எட்த்துகினு வா சாமீ" என்ற வெட்டியானின் குரலுக்கு ஓடி வந்து அதை எடுத்து கொடுத்த ஒரு கிழவரின் முகம் ஏனோ மனதை விட்டு செல்ல மறுத்தது. மீண்டும் திரும்ப அவரைப் பார்த்தேன். அவரும்.

எல்லாம் முடிந்து வண்டி எடுக்க திரும்புகையில் ஒரு சின்ன திண்டில் உக்காந்திருந்தார்.

பல மாதங்கள் வளர்ந்து மண்டி கிடந்த தாடி. அழுக்கு வேட்டி, சட்டை. நான் கடவுள் படத்தில் வரும் பிச்சைக்கார கிழவரை நினைவு படுத்தும் உருவம்.

"டீ குடிக்க காசு கிடைக்குமா... if you don't mind" என்று சொல்லி விட்டு சத்தமாக சிரித்துக்கொண்டார்

"English கரெக்டா வருதா" என்று கேட்டார்...

"ம்ம்ம்" என்றேன்

"சாப்பிடுறீங்களா" என்றேன்...

"நாம இந்த கோலத்துல போனா ஹோட்டல்காரனுக்கு தான் ஆபத்து... எவனும் கூட உக்காந்து சாப்பிட மாட்டான். பாவம் ஹோட்டல் ஒழுங்கா நடக்கட்டும்" என்று சொல்லி விட்டு மீண்டும் சத்தமாக சிரித்துக்கொண்டார்.

“பார்சல் வாங்கிட்டு வரவா” என்றேன்.

பசிச்சவனுக்கு சோறு போடு... அது படைத்தவனை சந்தோசபடுத்தும். எங்கோ படித்தது. நினைவில் வந்து போனது.

எதோ யோசித்தார்... ம்ம் என்று தலையை ஆட்டினார்... இங்க தான் இருப்பேன் என்றும் சொல்லி கொண்டார்... மீண்டும் சிரித்து கொண்டார்.

பாலாஜி பவனில் சாப்பாடு வாங்கி கொண்டு வந்து கொடுக்க அரை மணிநேரம் ஆகியது...

“வந்துட்டியா... பரவாயில்லையே... போயிருப்பேனு நினைச்சேன்”

“ஏன்?”

“இப்படி தான் பல பேர் சொல்வாங்க... அப்படியே எகிறி குதிச்சு ஓடிருவாங்க...” என்று சொல்லிக்கொண்டே சிரித்துக் கொண்டார்.

பின் பார்சலை பிரித்து சாப்பிட துவங்கினார்...

சரி கிளம்ப வேண்டியது தான் என நினைத்தாலும் என்னவோ அவரிடம் பேச்சு கொடுக்க தோணியது

“உங்களுக்கு இந்த ஊரா?” எதாவது பேச வேண்டுமே... பேச்சை ஆரம்பிக்க வேண்டுமே. கேட்டு வைத்தேன்.

“நல்லவனுக்கு எல்லா ஊரும் சொந்த ஊருதான்... கெட்டவனுக்கு எந்த ஊரும் சொந்த ஊரு இல்ல...”

“நான் நல்லவன் இல்ல... எனக்கு சொந்த ஊரும் இல்ல”

எதுவும் பேசாமல் சிறிது நேரம் போனது. அவர் சாப்பிட்டு முடித்திருந்தார்.

எங்கேயோ வெறித்து பார்த்திருந்தார்...

“யாரும் என்ன கேட்டதே இல்ல... நீ யாரு... இங்க என்னடா பண்ற... ம்கூம்... நீ ஏன் கேட்டே?”

“தெரியல... இந்த இடத்துக்கு பொருந்தாம இருந்ததுனால இருக்கலாம்...”

மீண்டும் சிரித்து கொண்டார்...

“உனக்கு அப்பா அம்மா இருக்காங்களா?” - என கேட்டார்

“அம்மா இருக்காங்க.”

“உன் கூடவா?”

“ஆமா”

“விட்றாத. கூடவே வச்சுக்க. அம்மா அப்பாவை கவனிக்காத மனுஷங்களை, அவங்க புள்ளைகளும் கவனிக்க மாட்டாங்க. இது நியதி. கர்மா. உனக்கு தெரிஞ்ச ஆட்களையே யோசித்து பார். ஆனா, இவங்க புள்ளைய அவ்ளோ செல்லமா தான் வளர்ப்பாங்க. விதி விடாது. மருமக ரூவத்துல வந்து நிக்கும்... வேலை ரூவத்துல வந்து நிக்கும். பெத்தவங்க நொந்தா குடும்பத்துக்கு ஆகாது”

இருமி கொண்டார்.

“வயசு காலத்துல நான் ஆடாத ஆட்டமில்ல... திடீர் திடீர்னு எங்கயாவது ஓடி போயிருவேன் வீட்டுல காச எடுத்திட்டு. அது செலவழிஞ்சதும் திரும்பி வருவேன். சரி... இவனுக்கு கால் கட்டு போட்டா சரியா போயிரும் னு நினைச்சு கல்யாணமும் பண்ணி வச்சாங்க

ஏற்கனவே அக்கா தங்கைச்சிக்குலாம் கல்யாணம் ஆயிருச்சு, ஆரம்பிச்சது வினை... எங்கப்பா சிறுக சிறுக பணம் சேர்த்து ஒரு வீட்டை கட்டிருந்தாரு. நான் கண்ணாலம் பண்ண மாதரசி ரொம்ப அழகா இருப்பா... கேட்கவா வேணும். ஆட்டி படைச்சா. நானும் அவ ஆட்டத்துக்குலாம் தாளம் போட்டேன்

லோன்ல நாலு மாடு வாங்கலாம்னு என் மச்சான்காரன் சொன்னான். அவஞ்சொந்தக்காரன் எவனோ பேங்க்ல இருந்தானு சொல்லி பாரம் லாம் வாங்கி எங்க அம்மா அப்பா கையெழுத்துலாம் வாங்கி கொடுத்தேன். கூடவே ஒரு வெத்து பத்திரமும் இருந்துச்சி இது எதுக்குடானு அப்பா கேட்டார், இதுல பேங்க் காரவளே கண்டிஷன்லம் அடிச்சுக்குவாங்கலாம்னு சொன்னேன்.

மாடுகளும் வாங்கியாச்சு... சந்தோசமா போச்சு...

எதோ ஒரு சண்டை.... மாமியாருக்கும் மருமவளுக்கும்... வெளியே போ நீ னு எங்க அம்மா சொல்ல

நீ வெளியே போ... இப்ப இது எங்க சொத்து, எழுதி ரெஜிஸ்டர் ரே பண்ணியாச்சுனு இந்த ராட்சசி சொல்றா

“அப்ப உங்களுக்கு தெரியாதா?”

மௌனமாக இருந்தார். பின்,

“தெரியும்” என்றார்

“அக்கா தங்கச்சிலாம் அடிக்கடி வந்து போயிட்டு இருந்தாங்க... இப்பவே எழுதி வாங்கினா தான் நல்லதுன்னு அவ, அவ அண்ணன்காரன் சொன்னபடி நான் கேட்டேன். எங்கப்பாக்கு தெரிஞ்சதும் பெரிய அதிர்ச்சி. சொன்ன யாரும் நம்ப கூட மாட்டாங்க. படுத்தவர், மறுநாள் காலைல முழிக்கல. என்னலாம் நெனைச்சு வெம்பினாரோ”

“ஊரெல்லாம் நாங்க தான் கொன்னுட்டோம்னு பேச்சு... உண்மையும் அது தானே...”

“அம்மா 16 நாள் பல்ல கடிச்சுட்டு இருந்தா. பதினேழாவது நாள், ஊருக்கு வெளிய அம்மன் கோயில் ஒன்னு இருக்கு... அதுக்கு பக்கத்துல குடிசை போட சொல்லி, அதுல போய் இருந்துகிட்டா. இனி இந்த பொல்லாத உலகத்தை பாக்க கூடாதுனு கண்ணை கட்டிக்கிட்டா”

சிறிது நேரம் பழைய நினைவுகளில் திளைத்தார்.

“நா மட்டும் கூப்பிட்டு பார்த்தேன், வரமாட்டேன்னு சொல்லிட்டா, பிடிவாதக்காரி, ரோஷக்காரி”

ஒரு மூணு மாசம் தாம் அம்மையும் இருந்துருப்பா... அவளும் போய் சேர்த்துட்டா. அந்த அம்மன் கோயில் தெரு காரவுகளே அடக்கம் பன்னிட்டாங்க...

எங்கள பாக்க கூட விடல...

அதுக்கப்புறம் 2 புள்ளைங்க பிறந்துச்சி. ரெண்டும் ஆம்பள பயலுவ... சந்தோஷத்துக்கு கேட்கவா வேணும்...

எல்லாத்தையும் மறந்து இருந்தோம்... திடிர்னு 8 வது படிக்கையில் பெரிய பையன் சைக்கிள்ள போய்ட்டு இருந்தவன் மேல லாரி மோதி ஆக்சிடன்ட்.

வினை சும்மா விடுமான்னு எல்லாரும் பேசிக்கிட்டாங்க தான்.

சரி இதோடு முடியும்னு பார்த்தோம்... சின்னவன் ஏழாவது படிச்சுக்கிட்டு இருந்தவனை திடிர்னு காணோம்.

தேடாத இடமில்லை.

பார்த்தேன்... செஞ்ச பாவத்தைலாம் இங்கயே இந்த ஜென்மத்துலேயே கழிச்சிரணும்னு முடிவு பண்ணிட்டேன். அதன் இந்தவேலை... நியாயத்துக்கு உடம்புல சவுக்கால் அடிச்சு

பொழைக்கணும். தெம்பு இல்ல. அதான் பிச்சை எடுத்து பொழைக்கேன்... இந்த எடுபிடி வேலையும் பாத்துகிட்டு.

யாராவது என்ன திட்டுனா சந்தோசம் தான். பாவ கணக்கு கழியும்லா"

எங்கோ தூரத்தில் பாட்டு சத்தம் கேட்டது... பேசுவதை சிறிது நிறுத்தி பாட்டை கேட்டார்.

பிறக்கின்ற போதே இறக்கின்ற தேதி
இருக்கின்றது என்பது மெய்தானே
ஆசைகள் என்ன...
ஆசைகள் என்ன ஆணவம் என்ன
உறவுகள் என்பதும் பொய்தானே
உடம்பு என்பது...
உடம்பு என்பது உண்மையில் என்ன
கனவுகள் வாங்கும் பை தானே...

நான் எழுந்து கொண்டேன்... இன்னும் எங்கோ வெறித்து பார்த்து கொண்டிருந்தார் அவர்.

~

# யாரோ இவன் யாரோ இவன்

நீங்கள் பார்த்து கொண்டிருப்பது நீயா நானா...

இப்போது பரிசு வழங்கும் நேரம்...

தனது தரப்பை மிகச்சரியாக எடுத்து வைத்த...

டிவி வால்யூமை குறைத்தாள்.

“மாம்ஸ்...”

பரத் தன வேலையின் மும்மரத்தில் இருந்தான்... பிரேமா அழைத்து காதில் விழவே இல்லை...

“மா... ம்... ஸ்ஸ்ஸ்...” - கிட்டதட்ட கத்தினாள்

“என்னடி?” சற்று எரிச்சலாகவே கேட்டான்...

“சாப்பிடலாம் வா...”

“எனக்கு பசிக்கல... நீ சாப்பிடு”

“நீ வீட்ல இருக்குறப்போ... எப்போ தனியா சாப்பிட்டுருக்கேன்” - பிரேமா

“படுத்தாத... வேலை இருக்கு...”

“நான் படுத்துறேனா... சந்தோஷம் சாமி... நீங்க வேலைய பாருங்க”

பரத் வேலையில் மூழ்கினான்... அவள் கோபத்தில் சொன்ன “நீங்க” வை கூட கவனிக்காமல்...

இருவர் பற்றி சிறு அறிமுகம்...

பரத் - திருமணத்துக்குமுன் இடி விழுந்தாலும்... மெதுவாய் திரும்பி “அப்படியா” என்பான்...

ரொ... ம்... ப நிதானமானவன்.

பிரேமா - சிட்டுக்குருவி போல பற பற... இல்லை பர பர வென இருப்பாள். சிறு சிறு விஷயங்களை கூட ரசிக்கும் கவிதை மனசுக்காரி.

முதலில் இவனின் இந்த நிதானம் உம்மணாமூஞ்சி என்ற பீதியை ஏற்படுத்தினாலும், அவன் அப்படி இல்லை... பேச ஆரம்பித்தால் நிறையவே பேசுகிறான் என்று கண்டு கொண்டாள்... ஆசை அறுபது நாள் முடிந்திருந்தாலும் மோகம் முப்பது இன்னும் முடியாத இனிய முன்பனி காலம்...

இவள் கவிதை தேடி தேடி படிப்பாள்... அவனோ பொருளாதாரம், டெக்னலாஜி என கட்டுரை தேடி தேடி படிப்பான்...

“எப்ட்ரி செட்டாகும்.? போர் அடிக்காது உன் ரசனைக்கு?” - பிரேமாவின் சித்தி பெண் கேட்டபோது

“போடி லூசு... *Opposite pole attracts,* என்னத்த படிச்சே... உனக்கு ஒரு ரகசியம் சொல்றேன் கேளு...

இப்ப உங்க அத்தானுக்கும் கவிதை ரசனை இருந்துச்சுனு வை... என்ன பேசவே விடாம படிச்ச கவிதைலாம் சொல்லிட்டுருப்பார்... அப்ப எனக்கு ஸ்கோப் பே இல்ல... இப்ப பாரு நாந்தான் ராணி...

ஒரு நாள் காலையில் அவர் முழிக்கும்போது இப்படி எழுதி வச்சேன் ஒரு க்ரீட்டிங் கார்டோட...

**ஒரு தடவை சொல்வாயா**
**உன்னை எனக்குப் பிடிக்கும் என்று**
**ஒரு பார்வை பார்ப்பாயா**
**உன்னை எனக்கு பிடிக்கும் என்று**
**காதலில் தான் பூக்கள் மோதி**
**மலைகள் கூட உடைந்துவிடும்**
**உன்னை ஒளிக்காதே என்னை வதைக்காதே**
**என்றும் இதயத்தில் இலக்கணம் கிடையாதே**

- பிரேமா

(மாம்ஸ்... லவ் யூ... - ப்ரேமா னு போட்டத சொல்லல)

“ஹேய்... செமயா எழுதிருக்கே...”

“போடி இவளே... இது வசீகரா சாங் லைன்ஸ்... நா. முத்துக்குமார் எழுதினது.”

“அடப்பாவி... அப்பறம் என்ன? மலை ஒடைஞ்சிருச்சா?” என்றாள் சித்தி பெண்...

“சிதறி சின்னாபின்னமாயிருச்சு...”

ரெண்டுபேரும் வெடித்து சிரித்தார்கள்.

இன்னைக்கு தான் ரொம்ப படுத்துறான். பசிக்க வேற செய்யுது...

திரும்பி பார்த்தாள். அவனும். என்ன நினைத்தானோ,

“வா... சாப்பிடலாம்” என்றான்

“எனக்கொண்ணும் பசிக்கல”

(அதெப்படி... உடனே இறங்கிட கூடாதுல்ல)

“வா... வா...” என்றபடி அவனே குக்கர் எடுத்து வந்து சாதம் போட்டான்...

“வேணாம்” என்றாள்

(இப்படி சொன்னால் ஒரு விஷயம் நடக்கும்னு யூகித்தாள்)

“சரிடி... வேலை பிஸி ல திட்டிட்டேன்... இந்தா” என்று ஊட்டினான்...

(அவ ஸ்க்ரிப்ட் டே இதுதான். :).)

“இந்தா மாம்ஸ்” என்றாள் அவனும் வாங்கிக்கொண்டான்

“கோவம் குறைஞ்சிட்டுல...”

“ஆ... மா...” என்று தலை சாய்த்து சொன்னாள்

அவன் பாட்டுக்கு தொடர்ந்து சாப்பிட ஆரம்பித்தான்...

(அட... அப்ப இது அவன் ஸ்க்ரிப்டா... கோபத்தை குறைக்க)

“அடப்பாவி...” என தலையில் கொட்டி விட்டு தனக்கு தட்டை எடுத்து வந்தாள்

சாப்பிட்டு மீண்டும் வேலைய தொடர்ந்தான்.

ஹோம் தியேட்டர் ஆன் செய்தாள்.

**யாரோ இவன் யாரோ இவன்**
**என் பூக்களின் வேரோ இவன்**
**என் பெண்மையை வென்றான் இவன் அன்பானவன்**

மெல்ல முணுமுணுக்க ஆரம்பித்து பாட தொடங்கினாள்... பின்

"மாம்ஸ்..."

"பரத் திருப்பி பாக்கல

"டேய்..."

(ம்ஹூம்)

"தடியா..."

கருமமே பரத் ஆயினான்

"குண்டா..."

"என்ன..."

"தடியா..."

"ஓவரா போறே... ... இப்ப வந்தேன்னு வை..."

"வா... பார்ப்போம்"

"வேண்டாம்..."

"வலிக்குதா... அழுதுருவியா..."

பரத் எழுந்தான்...

பாடல் தொடர்ந்தது...

**என் கோடையில் மழையானவன்...**
**என் வாடையில் வெய்யிலானவன்...**

கண் ஜாடையில் என் தேவையை அறிவான் இவன்...

"கோட்டை தாண்டி நீயும் வரக்கூடாது... நானும் வரமாட்டேன்... பேச்சு பேச்சா தான் இருக்கனும்" - பரத்

"முடியாது" - பிரேமா...

அருகில் வந்தாள் நங் என கொட்டி விட்டு ஓடினாள் கலகல வென சிரித்தபடி...

எனக்கு நிறைய வேலை இருக்குடி... கத்தினான்... ஸாரி கத்தணும்னு நினைச்சான்...

★★★

திங்கள்... காலை 11 மணி

டிங்...

*யாரு பிங் பண்றது - பரத் ஒளிரும் மானிட்டரை பார்த்தான்...*

***Have you finished the backlog report of last month as you promised?***

*அய்யயோ... பாதி பண்ணினோம்... அப்புறம் சுத்தமா மறந்து போச்சே...*

*சாய்க்கு போன் செய்தான்...*

*"என்ன...?"*

*BacklogReport பாதி தான் முடிச்சுருக்கேன்... சுத்தமா மறந்துட்டேன். இப்ப கட்டப்பா கேட்குறான். என்ன செய்ய. நெட்ஓர்க் சரியில்லைன்னு சொல்லி 1 மணி நேரம் சமளிக்கிறேன். அதுக்குள்ள நீயும் ஹெல்ப் பண்ணினா முடிச்சுறலாம். Please.*

*"பெரிய இவனாட்டம் **meeting** ல சொன்னே... **yeh... I will finish it**"*

*"சொன்னேன்... ஆனா..."*

*"தெரியும் டா... ஒண்ணா பத்தி. நான் முடிச்சு வச்சுட்டேன். நம்ம ஷேர்டிரைவ் ல தான் இருக்கு... எடுத்துக்கோ."*

*"தேங்க்ஸ் டா..."*

*"ஆனால் ஒன்னுடா... இந்த லவ் பண்றவய்ங்க எங்கேஜ் ஆனவய்ங்க புதுசா மேரேஜ் ஆனவய்ங்க கூட ஒரே டீம் ல மட்டும் இருந்திரவே கூடுதுடா... ச்சை" என்றான் சாய்.*

*பிரேமாக்கு போன் செய்தான் பரத்.*

*ரிங் டோன் மாத்திட்டாளா...*

**யாரோ இவன் யாரோ இவன்**
**என் பூக்களின் வேரோ இவன்**
**என் பெண்மையை வென்றான் இவன் அன்பானவன்**

~

# மயிலே மயிலே

"நாங்க தனியா பேசணுமே"

சட்டென விலகினர் குழுமி இருந்தோர்.

கிருஷ் எப்படி ஆரம்பிக்க என யோசிக்கும்போதே,

"இதுதான் முதல்முறையா" எனக் கேட்டாள் சிறிது வெட்கத்துடன். கன்னத்தில் மைக்ரோ மில்லி சிவப்பு தெரிந்தது.

மையமாய் தலையாட்டி வைத்தான்.

தொண்டையை சிறிது செருமிக்கொண்டு

"வெல், எனக்கு வீக்கிலி 3 டேஸ் *flexible* ஹாலிடே, அதர் தன் தட், ஐ காண்ட் டேக் எனி லீவ்... புரிஞ்சுப்பேனு நினைக்கிறேன்"

"யா... மீ டு... தி சேம்... பட் பயப்படாதீங்க, ஐ கேன் மேனேஜ்... ஐ ஹேவ் தட் கப்பபிலிட்டி"

கிருஷ் புருவம் உயர்த்த

"ஐ டிண்ட் மீன் இட்" என்றாள்

எதை மீன் பண்ணலன்னு கேட்டுருவோமா என் யோசித்தவன், பேச்சை மாற்ற எண்ணி

"சமையல் எதுலாம் பண்ணுவீங்க?"

"மெக்சிகன், சைனீஸ், நார்த் இந்தியன் அண்ட் சவுத் இண்டியன்... எதுனாலும் பண்ணுவேன்... ஐ ஹோப் உங்களுக்கு சவுத் இந்தியன் டிஷ் மட்டும்தான் வேணும்னு நினைக்கிறேன்... அம் ஐ கரெக்ட்..."

"அப்படியும் வச்சுக்கலாம்..."

என்றபோது சிரித்தாள்... இப்போது கிரிஷ்க்கு எரிச்சல் வந்தது.

"எனக்கு இட்லி சாம்பார்... பொங்கல் சாம்பார், தோசை சாம்பார் இப்படி..."

"நோ ப்ராப்... பட் சண்டே ஐ காண்ட் குக்..."

"தட் அண்டெர்ஸ்டுட்"

**தென்றல் தாலாட்ட தென்னை இருக்க
அது தன்னை மறக்க**

என கிருஷ் ஹம்மிங் பண்ண...

**மயிலே மயிலே தானே**

கடவுள் அமைத்த மேடை படத்துல ராஜா போட்டது

ஜென்சி யோட மழலை கொஞ்சும் குரல்

ஹம்சத்துவனி ராகம்னு நினைக்கிறேன்... கரெக்ட்டா என்றாள் படபடப்போடு.

ம்ம்ம்... சரி நான் கிளம்பறேன்... என்றான்

வெளியே வந்ததும் பாணியிடம்

ரொம்ப பேசுறாடா, வேற பார்க்கலாம்... என்றான் கிருஷ்

இடம் - ரோபோ ஷாப்பிங் மால்

(ரோபோ விற்பனையகம்)

வருடம் - 2052, அக்டோபர் 20.

~